മേഘസന്നിഭമായ സലാല

mekhasannibhamaya salala
•
jose chemmun
•
first edition
september 2019
•
typesetting
sreebhadra, thiruvananthapuram
•
published
chintha publishers, thiruvananthapuram
•

•
cover
vinod mangoes
•

വിതരണം
ദേശാഭിമാനി ബുക്ക് ഹൗസ്
H O തിരുവനന്തപുരം-695 035
phone: 0471-2303026, 6063026
www.chinthapublishers.com
chinthapublishers@gmail.com

ബ്രാഞ്ചുകൾ
ഹെഡ്ഡാഫീസ് ബ്രാഞ്ച് കുന്നുകുഴി • സ്റ്റാച്യു തിരുവനന്തപുരം • കെ എസ് ആർ ടി സി ബസ് സ്റ്റേഷൻ ആലപ്പുഴ • കെ എസ് ആർ ടി സി ബസ് സ്റ്റേഷൻ എറണാകുളം • മച്ചിങ്ങൽ ലെയ്ൻ തൃശൂർ • ഐ ജി റോഡ് കോഴിക്കോട് • മാവൂർ റോഡ് കോഴിക്കോട് • എൻ ജി ഒ യൂണിയൻ ബിൽഡിങ് കണ്ണൂർ • സെൻട്രൽ ബസ് ടെർമിനൽ കോംപ്ലക്സ് താവക്കര കണ്ണൂർ

CO - 2867 / 5134
ISBN - 978-93-89410-27-3

മേഘസന്നിഭമായ സലാല

ജോസ് ചെമ്മണ്‍

ചിന്ത പബ്ലിഷേഴ്‌സ്
തിരുവനന്തപുരം-695 035

ജോസ് ചെമ്മൺ

പത്തനംതിട്ടയിലെ വെച്ചൂച്ചിറയിൽ ജനനം. മലങ്കര ഓർത്തഡോക്സ് സഭയിൽ വൈദികൻ. *സമയരഥത്തിലെ സന്ദേശകൻ, മഹായാനം* എന്നിവ മുഖ്യകൃതികൾ.

ഫോൺ : 9207010222

ഉള്ളടക്കം

പ്രസാധകക്കുറിപ്പ്

സാധാരണമായൊരു യാത്രാക്കുറിപ്പാണ് *മേഘസന്നിഭമായ സലാല.* പേരു സൂചിപ്പിക്കുംപോലെതന്നെ സൗന്ദര്യം തുളുമ്പുന്നതാണ് ഇതിലെ ഓരോ അദ്ധ്യായങ്ങളും. വിവിധ മതചിന്തകളുടെ ഉറവിടമായ ഭൂമികയിലൂടെ ഒരു ക്രിസ്തീയ പുരോഹിതൻ യാത്ര ചെയ്യുമ്പോൾ ആത്മീയത പ്രധാന ആഖ്യാന സാന്നിദ്ധ്യമായി നിലകൊള്ളും. ശുദ്ധമായ ആത്മീയ പരിസരത്തോട് ആരും കലഹിക്കില്ല. *ബൈബിളി*ന്റെയും *ഖുറാന്റെ*യും ചരിത്ര പരിസരങ്ങളിലൂടെയുള്ള സഞ്ചാരം ഇയ്യോബിന്റെ പുസ്തകത്തെ മുൻനിർത്തി മനുഷ്യജീവിതത്തെ പരിശോധിക്കുന്നുണ്ട്. കാഴ്ചയും വിശ്വാസവും ചരിത്രവും വൈയക്തിക അനുഭവങ്ങളും ഇഴചേർക്കപ്പെട്ട ഈ പുസ്തകം മരുഭൂമിയിൽ മൂടി നില്ക്കുന്ന മഞ്ഞുപോലെയും ദുഃഖസാന്ദ്രമായ ചാറ്റൽമഴപോലെയും നമ്മുടെ ഉള്ളറകളിൽ പെയ്തിറങ്ങും. അവാച്യമായ വായനാനുഭവത്തിന്റെ പടവുകൾ കയറാം, മേഘസന്നിഭമായ സലാലയിലേക്ക് സഞ്ചരിക്കാം.

ചിന്ത പബ്ലിഷേഴ്സ്

മുഖമൊഴി

ജീവനാർന്ന ഭൂമിയുടെ സൃഷ്ടികഥ ഇവിടെ അപ്രസക്തമാണ്. സൂര്യഗോളത്തിന്റെ പൊട്ടിത്തെറിയിൽനിന്നോ മഹാശൂന്യതയിലെ വലിയ ശബ്ദത്തിൽനിന്നോ ദൈവീക കല്പനയിൽനിന്നോ എന്തുമാകട്ടെ! ഈ ഭൂമി ജീവസ്സുറ്റതാണ്. ജലസസ്യത്തിന്റെ പ്രജനനത്തിലൂടെയോ പഞ്ച ഭൂത കണികകളുടെ സമ്യക് സംയോജനത്തിലൂടെയോ ദൈവീക ആംഗ്യ ത്താലോ പരിണാമത്തിന്റെ സഹസ്രാബ്ദങ്ങളിലൂടെ രൂപപ്പെട്ട പ്രകൃതി ചേതന സുരമ്യവും സുരഭിലവുമാണ്. ഭൂമിയുടെ ഹരിതശോഭയും അർത്ഥ നകളും പക്ഷികളുടെ കൂജനവും വസന്തവും നിലാവും പൂക്കളുമെല്ലാം അസ്തിത്വത്തിലെ ജീവസ്പന്ദനങ്ങളാണ്. അത് ഉന്മേഷഭരിതവും നിഗൂ ഢവുമാണ്. മത്സ്യത്തിന് സമുദ്രം അജ്ഞാതമായിരിക്കുമ്പോലെ അസ്തി ത്വത്തിലുൾച്ചേർന്നിരിക്കുന്നവന് ആ നിഗൂഢതകളെ അർത്ഥനിർദ്ധാരണം ചെയ്യാവതല്ലല്ലോ. പ്രകൃതിയുടെ പ്രത്യക്ഷങ്ങൾ നല്കുന്ന അനുഭവങ്ങൾ ആന്തരികമാണ്; സംവേദനം ഇന്ദ്രിയങ്ങളിലൂടെയെങ്കിലും. ആന്തരീയാ നുഭവങ്ങളെ വാക്കുകളിലൂടെ ആവിഷ്കരിക്കുമ്പോൾ അതു പൂർണ്ണ മായിരിക്കണമെന്നില്ല. കാരണം, മനുഷ്യന്റെ സത്തയിലാണ് അതുൾച്ചേർ ന്നിരിക്കുക.

ഗിരിശൃംഗങ്ങളിലേക്ക് താണിറങ്ങുന്ന പെയ്തൊഴിയാത്ത മേഘ സംഘർഷണങ്ങൾ, ജബലിനെയും താഴ്വാരത്തെയും മൂടുന്ന ധൂസരത, സമുദ്രാന്തരത്തിൽ നിന്നു പൊന്തിവരുന്ന അർക്കബിംബത്തിന്റെ വശ്യത, കടലിറങ്ങി തെളിഞ്ഞ കരയുടെ പ്രാചീന മുദ്രകൾ, മരുഭൂമിയുടെ അനന്ത വിസ്തൃതി, കുന്നിന്റെ ശീർഷത്തിൽ പ്രപഞ്ചോല്പത്തിയുടെ ധന്യമു ഹൂർത്തം പോലെ വിരിയുന്ന അരുണശോഭ, സമാസാദിതമായ ഖരീ

ഫിന്റെ വിസ്മയ കാഴ്ചകൾ ഇവയൊന്നും നിർവ്വചനങ്ങൾക്കു വഴങ്ങുന്നവയല്ല.

ലൗകീകേതര അനുഭവങ്ങൾ സമ്മാനിച്ച പ്രത്യക്ഷതകളുടെ പുണ്യസ്ഥലിയിലേക്ക് - സലാലയിലേക്ക് എന്നെ നിയോഗിച്ച അഭിവന്ദ്യ ഡോ മോർ യൂലിയോസ് ഗീവറുഗീസ് മെത്രാപൊലിത്തായെ സമാദരം നമസ്കരിക്കുന്നു.

ഭൂമി മനുഷ്യന് അക്ഷയ ഉറവായിരിക്കുമ്പോഴും പ്രകൃതിയെന്ന പ്രതിഭാസത്തിന്റെ ഭാഗം കൂടിയാണെന്ന അറിവിന്റെ വിനീതത്വം ഉണ്ടായെങ്കിലെന്ന ആഗ്രഹത്തിലേക്ക് മനസ്സ് ത്വരിതപ്പെടുന്നു.

ജോസ് ചെമ്മൺ

ഇറ്റിൻ കുന്നിലെ നീരുറവ

നേരം പുലർന്നതേയുള്ളൂ.

ഖരീഫ്[1] മേഘങ്ങൾ ഉരുണ്ടു കൂടിക്കിടക്കുന്ന ആകാശം. തെക്കു പടിഞ്ഞാറ് നന്നേ ഇരുണ്ടിരുന്നു. മഴയുണ്ടാകുമെന്ന പ്രതീക്ഷയോടെയാണ് ഇന്നും ഉണർന്നത്. തിളച്ചു മറിയുന്ന കടലിന്റെ ഇരമ്പം ഉച്ചസ്ഥായിയിൽ കേൾക്കാം. പൊടികലർന്ന ചൂടുള്ള നിശ്ചലവായു വീർപ്പുമുട്ടിച്ചിരുന്ന അന്തരീക്ഷത്തിന് നേരിയ മാറ്റം വന്നിരിക്കുന്നു. അങ്ങുമിങ്ങും മാത്രം ജബലിറങ്ങിവന്ന മൂടൽമഞ്ഞിനൊപ്പം വീശിയ കാറ്റിന് നേരിയ കുളിരുണ്ടായിരുന്നു. പുലരിയുടെ ശ്വേതരേണുക്കൾ പ്രകാശം പരത്തി തുടങ്ങിയ പള്ളിമുറ്റത്തെ ചാരുബഞ്ചിൽ ഞാനിരുന്ന് മുറ്റത്തേക്കു നോക്കി. മഞ്ഞു പൊഴിയുമ്പോലെ മഴ പൊടിയുന്നു. മഴയെന്നു വിളിക്കാനാകില്ല. പനിമഞ്ഞുതിരുമ്പോലെ മഴ കിനിഞ്ഞിറങ്ങുകയാണ്, സലാലയെ ഫലധന്യമാക്കാൻ.

മുറ്റത്തിന്റെ തെക്കുപടിഞ്ഞാറെ മൂലയിൽ നിന്നിരുന്ന കുന്തിരിക്കമരം സുഭഗയായി കാണപ്പെട്ടു; പുതിയ ഇലച്ചാർത്തിനായുള്ള വെമ്പലിനാൽ. ഹർഷാതിരേകത്താൽ സ്പന്ദിക്കുമ്പോലെ, ഇനിയും കൊഴിയാതെ

---

1. ഒമാനിലെ സലാലയെ മഞ്ഞിലും മഴയിലും കുളിരണിയിക്കുന്ന കാലവർഷമാണ് ഖരീഫ്. മറ്റു ഗൾഫ് നാടുകൾ വേനൽച്ചൂടിൽ വെന്തുരുകുന്ന ജൂലായ് ആഗസ്ത് മാസങ്ങളിലാണ് ഖരീഫെന്ന മഴക്കാലം. ദോഫാർ ഗവർണ്ണേറ്റ് ഖരീഫ് ഫെസ്റ്റിവലെന്ന മഴയുത്സവം സംഘടിപ്പിക്കുന്നു. മഴക്കാഴ്ചകൾക്കൊപ്പം പാരമ്പര്യം, സംസ്കാരം, തനതു കലാരൂപങ്ങൾ. ഒമാനി സംഗീതവും നൃത്തവും അടുത്തറിയാൻ ഫെസ്റ്റിവൽ അവസരമൊരുക്കുന്നു. ഏകദേശം ഇരുപത്തിയഞ്ചു ലക്ഷം സന്ദർശകരാണ് ഖരീഫ് കാലത്ത് സലാലയിലെത്തുക. ചാറ്റൽ മഴയും മഞ്ഞും പെയ്തിറങ്ങി കുന്നുകളും താഴ്വാരങ്ങളും ഹരിത നിറപ്പട്ടു ചാർത്തുന്ന പ്രകൃതിയുടെ വിസ്മയ കാഴ്ചയാണ് ഖരീഫ്.

നില്ക്കുന്ന ഇലകൾ കാറ്റിൽ ഇളകിയാടി. ഉഷ്ണത്തിൽനിന്നും ഉർവ്വരതയിലേക്കുള്ള ഋതുപ്പകർച്ച സാക്ഷാൽക്കാരത്തിന്റേതാണ്. തപസ്സനുഷ്ഠിക്കുന്നവന്റെ ആന്തരികതയിൽ ചൈതന്യം നിറയുമ്പോലെ. വരണ്ടുണങ്ങിക്കിടന്നിരുന്ന ജബലുകൾ[2] ഹരിതമണിയുന്ന ദിനങ്ങളാണിനി. ജബലുകൾ[3] അതിന്റെ ജീവചൈതന്യം വീണ്ടെടുക്കുവാൻ വെമ്പൽ കൊണ്ടുകിടക്കയായിരുന്നു. ഇപ്പോൾ അവ അതിന്റെ പ്രാചീന സംഗീതം കേട്ടുതുടങ്ങിയിരിക്കുന്നു. മന്ദ്രസ്ഥായിയിൽ തുടങ്ങിയ ആ സംഗീതം കേട്ടിട്ടെന്നോണം ചെങ്ങാലി പ്രാവുകളും വേനൽ മൈനകളും പള്ളിമുറ്റത്ത് ചിതറി വീണു തുടങ്ങിയ പ്രകാശത്തിലേക്ക് പറന്നിറങ്ങി. പ്രകൃതിയുടെ ആഘോഷപരതയിൽ ആമഗ്നനായി ഞാൻ അങ്ങനെയിരുന്നു; ഖരീഫ് ഉത്സവത്തിൽ അഭിരമിക്കുവാൻ കൊതിച്ച്. ഭാവിയെക്കുറിച്ചുള്ള ആകുലതകളൊന്നും അപ്പോളെന്നിൽ ഉണ്ടായിരുന്നില്ല. അപ്പോൾ അസ്തിത്വമാകമാനം നിശ്ശബ്ദതയിലായിരുന്നു. തികച്ചും നിരാകുലനായി, ലാഭചോദനകളെക്കുറിച്ച് ചിന്തകളൊന്നുമില്ലാതെ, ഒരു ശിശുവിനെപ്പോലെയിരുന്ന ഞാൻ അറിയാതെ ബാല്യകാല മഴയുമായി ചങ്ങാത്തം കൂടുകയായിരുന്നു.

കുട്ടിക്കാലത്ത് മഴയ്ക്കൊപ്പം ഉള്ളിലും ഭീതിയുടെ കരിമേഘങ്ങൾ വന്നു നിറയുമായിരുന്നു. മാതാപിതാക്കളിൽനിന്ന് നന്നേ ബാല്യത്തിലേ അകന്നു ജീവിക്കേണ്ടിവന്ന എനിക്ക് അമ്മയോടു ചേർന്നു കിടക്കുവാനായിരുന്നു അപ്പോൾ മോഹം. രാത്രികളിൽ ഉറക്കംവരാതെ കിടന്ന് മഴയ്ക്കൊപ്പം കരയുമായിരുന്നു. ‘മഴ നനയുവാൻ ഞാനാഗ്രഹിക്കുന്നു കാരണം എന്റെ കണ്ണുനീർ ആരും കാണുകയില്ലല്ലോ’ എന്നു പറഞ്ഞ ചാർലി ചാപ്ലിനെക്കുറിച്ച് അന്ന് ഞാൻ കേട്ടിരുന്നില്ല. രാത്രിമഴകൾ എനിക്ക് അക്കാലത്ത് കണ്ണീരിന്റെ മഴകളായിരുന്നു. ഉച്ച കഴിയുമ്പോഴേക്കും കിഴക്കേ ആകാശചെരിവിൽ മദിച്ചെത്തുന്ന കരിമേഘങ്ങൾ. സ്കൂൾ വിടുന്ന നാലുമണി നേരം നോക്കി പതിവായി ആർത്തലച്ചെത്തുന്ന മഴ. നേരത്തെ വന്നുചേരുന്ന സന്ധ്യ. വിവരിക്കാനാകാത്ത ഏകാ

---

2. ജബൽ എന്നാൽ മല എന്നർത്ഥം. ഒമാനിലെ മലനിരകൾക്ക് ഒട്ടേറെ സവിശേഷതകളുണ്ട്. സമുദ്രനിരപ്പിൽനിന്നും നാലായിരം അടി ഉയരമുള്ള മലകളുണ്ട്. സലാലയിലെ ജബൽ നിവാസികൾ പ്രാക്തന സംസ്കാരത്തിന്റെ തനിമ നിലനിർത്തുന്നവരാണ്. നല്ല വേനലിലും ജബലുകളിൽ തണുപ്പിന്റെ നനുത്ത സ്പർശമുണ്ടായിരിക്കും. ചെങ്കുത്തായ മലഞ്ചെരിവിലൂടെ കൊടിയ വളവുകളും തിരിവുകളും കയറിയുള്ള യാത്ര രസകരമാണ്. ഖരീഫിൽ പ്രകൃതിഭംഗിയും നദികളും വെള്ളച്ചാട്ടവുമുള്ള പച്ചതുരുത്തുകളാണ് ജബലുകൾ.
3. നദി എന്നർത്ഥം. സ്ഥിരമായി വെള്ളമൊഴുകുന്നയിടം മാത്രമല്ല മരുഭൂമികളിൽ വല്ലകാലത്തും പെയ്യുന്ന മഴയുടെ വെള്ളം ഒഴുകിപ്പോയയിടവും വാദിയെന്നറിയപ്പെടുന്നു. ജബലുകളിൽ മഴ പെയ്യുമ്പോൾ കുത്തിയൊഴുകിയെത്തുന്ന മലവെള്ളം അപകടകാരിയാണ്. അപ്രതീക്ഷിതമായിട്ടായിരിക്കും അത്തരം വാദികളിൽ മലവെള്ളം കുതിച്ചെത്തുക. സലാലയിലെ ജബലുകളിൽ ഖരീഫിൽ പുതിയ വാദികളും വെള്ളച്ചാട്ടങ്ങളും രൂപമെടുക്കുകയും ഖരീഫ് കഴിയുന്നതോടെ നീരോട്ടം നിലയ്ക്കുകയും ചെയ്യും. ആണ്ടു മുഴുവൻ നീരൊഴുക്കുള്ള ധാരാളം വാദികൾ സലാലയുടെ അനുഗ്രഹമായുണ്ട്.

ന്തതയും വിഷാദവും. ചിലപ്പോഴൊക്കെ ശക്തമായ കാറ്റുവന്ന് കരിമേഘങ്ങളെ എവിടേക്കോ പറത്തിക്കൊണ്ടുപോകും. അന്ന് മഴയുണ്ടായിയെന്നു വരില്ല. കറുത്തിരുണ്ട ആകാശത്തിൽനിന്ന് ഒലിച്ചിറങ്ങുന്ന പെരുമഴ ദൂരെ നിന്നു വരുന്നത് ചിലപ്പോൾ കാണാൻ കഴിയും. ഇരമ്പലോടെ ആർത്തുവരുന്ന മഴയ്ക്കുമുമ്പേ അസ്വസ്ഥമായ മനസ്സുമായി ഓടും. എങ്കിലും കുടയില്ലാത്തവന്റെ ദുഃഖത്തിനു മീതെ മഴപെയ്തിറങ്ങി ഒക്കെ നനയ്ക്കും. രാത്രികളിൽ വീടിന്റെ പുറത്തെ മൺഭിത്തികളിൽ ചുരമാന്തുന്ന മഴ, ഇലച്ചാർത്തുകളിൽ മർമ്മരം മൂളിയാണ് വരിക. ഓലമേഞ്ഞ പുരപ്പുറത്ത് കാറ്റിന്റെ താളത്തിനൊത്ത് പെയ്യുന്ന മഴയുടെ ശ്രുതി ചെവി പൊത്തിയും തുറന്നും കേട്ടു രസിച്ചിരുന്ന കാലം. ചുമ്മാതെ കേണും ചിരിച്ചും പെയ്യുന്ന മഴയ്ക്കിടെ കാറ്റു വീശിയടിക്കും. അപ്പോൾ മഴയുടെ ശബ്ദം നിലയ്ക്കുകയും കാറ്റിന്റെ മുഴക്കം മാത്രം കേൾക്കുകയും ചെയ്യും. താളം തെറ്റുന്നതുപോലെ ഇടവിട്ടങ്ങനെ പെയ്യുന്ന രാത്രിമഴയെ പ്രണയിച്ചു തുടങ്ങിയത് എപ്പോഴെന്ന് ഓർമ്മിക്കുന്നില്ല.

മീനച്ചൂടിൽ വിണ്ടുണങ്ങിക്കിടക്കുന്ന മണ്ണിലേക്ക് പെയ്തിറങ്ങുന്ന അമൃതവർഷിണിയായ പുതുമഴയുടെ ഗന്ധം ലഹരി പിടിപ്പിക്കുന്നതാണ്. വീടിനുള്ളിലേക്ക് കയറിവരുന്ന മണ്ണിന്റെ മണം. കിളച്ചും ഉഴുതും മറിച്ചിട്ടിരിക്കുന്ന വലിയ മൺകട്ടകൾക്കിടയിലൂടെ മണ്ണിന്റെ ആത്മാവിലേക്കാണ് പുതുമഴ ഒലിച്ചിറങ്ങുന്നത്, ഭൂമിയുടെ കഠിനമായ ദാഹം തീർക്കുവാൻ. ഹർഷ പുളകിതയായ മണ്ണിൽ, വിത്തുകളിൽ ഒളിപ്പിച്ചുവെച്ചിരിക്കുന്ന ജീവന്റെ തുടിപ്പുകൾ ഇഴഞ്ഞു നടക്കും. മുളപൊട്ടുവാൻ കാത്തുകിടക്കുന്ന ജീവന്റെ തുടിപ്പുകൾക്കുമേൽ പെയ്തിറങ്ങുന്ന പുതുമഴ കാരുണ്യമാണ്. മണ്ണ് പുതുമഴയറിയുന്നു. മണ്ണു മാത്രമല്ല ഓരോ ജീവകോശങ്ങളും അറിയുന്നു. തിമിർത്തു പെയ്യുന്ന പുതുമഴയിൽ ഇടയ്ക്കിടെ ഇടിമിന്നലുണ്ടാകും. ഓശാന പെരുന്നാളിനു ഏന്തുവാനുള്ള കുരുത്തോല ഇടിവെട്ടി വീഴുമെന്നാണ് പഴമക്കാരുടെ പ്രമാണം. തുലാവർഷ രാവുകളിൽ ചീവീടുകളുടെ സംഗീതഭേരി കേൾക്കാം. പുതുമഴ പെയ്തിറങ്ങുന്ന രാവുകളിൽ തവളകളുടെ വായ്ത്താരിയാണ് കേൾക്കുക. പുഴകളിൽ, കെട്ടിക്കിടക്കുന്ന വെള്ളത്തിൽ ഏതാനും ദിവസങ്ങൾക്കുള്ളിൽ മാക്രിവലകളും പിന്നാലെ പരശതം വാൽമാക്രികളും പ്രത്യക്ഷപ്പെടും. ചൂടുപൊങ്ങി ചൊറിഞ്ഞു നടക്കുന്ന കുട്ടികൾക്ക് പുതുമഴ നനഞ്ഞ് കുളിക്കാം. വീടിന്റെ ഓലമേഞ്ഞ ഇറയിലൂടെ ഒഴുകിവീഴുന്ന തുള്ളികൾ ചേർന്ന് മുറ്റത്ത് തടാകം തീർക്കും. അതിൽ ഒഴുകിനടക്കുന്ന കുമിളകൾ പോലെയാണ് ജീവിതമെന്നറിയാൻ കാലങ്ങൾ ഏറെ കഴിയേണ്ടിവന്നു.

കുംഭത്തിലെ പുതുമഴയിൽ തന്നെ നടീൽ വകകളുടെ കൃഷിയിറക്കു തുടങ്ങും. മീനച്ചൂടിൽ വെള്ളം കോരി നനച്ച് അവയെ സംരക്ഷിക്കും. ചാണകവെള്ളത്തിൽ മുക്കിയെടുത്ത് ഇളംവെയിലിൽ തോർത്തിയെടുക്കുന്ന വിത്തുകളാണ് നടുക. ആ കാലങ്ങളിൽ ഫ്യുരുഡാൻ എന്ന വിഷ വിപത്തിനെക്കുറിച്ച് കേട്ടിരുന്നില്ല. എന്നാൽ ആമസോൺ കാടുകൾക്കു

മീതെ ഹെലികോപ്ടറിൽ നെടുകെ വിതറിയ, ക്രൂരതയുടെ പ്രതീകമായ ഡി ഡി ടി കണ്ടുപിടിക്കപ്പെട്ടിരുന്നു.

കേരളത്തിൽ, ഇടവമാസം പകുതിയോടുകൂടി ആരംഭിക്കുന്നതിനാലാണ് മൺസൂൺ മഴയെ ഇടവപ്പാതിയെന്നു വിളിക്കുന്നത്. തെക്കു പടിഞ്ഞാറുനിന്നുള്ള മൺസൂൺ കാറ്റാണ് ഈ മഴയെ കേരളത്തിൽ എത്തിക്കുന്നത്. ജൂൺ ആരംഭമായ ഇടവം പകുതിയോടെ ആരംഭിക്കുന്ന തെക്കു പടിഞ്ഞാറൻ മൺസൂൺ മിഥുനവും കർക്കിടവും തിമിർത്തു പെയ്യും. ഇടയ്ക്ക് എപ്പോഴെങ്കിലും അല്പനേരത്തേക്ക് സൂര്യനെ കാണുന്നതുതന്നെ അപൂർവ്വം. തിരി മുറിയാതെ മഴ പെയ്യുന്ന കർക്കിടകത്തെ കള്ളക്കർക്കിടകമെന്നായിരുന്നു വിളിച്ചിരുന്നത്. കുംഭത്തിൽ നട്ട താമരക്കണ്ണനും ചെറുകിഴങ്ങുമൊക്കെ 'ചെടിയറിയാതെ' മാന്തിയെടുക്കുന്നതിനാലാവാം കള്ളക്കർക്കിടകം എന്നു പേരുവന്നത്. വേനല്ക്കാലത്ത് പണിയെടുത്തു സമ്പാദിച്ചുവെച്ചവയൊക്കെ കർക്കിടകമാകുമ്പോഴേക്കും തീർന്നിട്ടുണ്ടാകും. സാധാരണക്കാരന് കർക്കിടകം പഞ്ഞ മാസം തന്നെയായിരുന്നു. ഒപ്പം ഭീതിയും. പിതൃക്കൾ തലമുറകളെ തേടിയെത്തുന്നതും അവരുടെ ആത്മശാന്തിക്കായി പിതൃതർപ്പണം ചെയ്യുന്നതും കർക്കിടക വാവിലെ കൂരിരുട്ടും ഒക്കെ കുട്ടിക്കാലത്ത് ഭീതിഹേതുകമായിരുന്നു.

മലയാള വർഷം തൊണ്ണൂറ്റി ഒമ്പതിലെ വെള്ളപ്പൊക്ക കെടുതികൾ അനുഭവിച്ചറിഞ്ഞ കാരണവന്മാരുടെ വർണ്ണനകളും ഇളം മനസ്സുകളിൽ ഭീതി പരത്തുമായിരുന്നു. നേരം പുലരുമ്പോഴേക്കും ഭൂമി മുഴുവനും മഹാപ്രളയത്തിൽ മുങ്ങിപ്പോകുന്നതോർത്ത് ഭയന്നു കിടന്നിരുന്ന കാലം. ചിങ്ങത്തിലാണ് മഴയ്ക്ക് തെല്ലൊരു ശമനം വരിക. കർക്കിടകത്തിൽ പത്തു ദിവസത്തെ ഉണക്കുണ്ട്. അതിന്റെ ശക്തി കഠിനമാണ്. പണിയെടുക്കുന്നവന്റെ പുറം ഉരുകുന്നത്ര ചൂട്. ഓണത്തിനുള്ള നെല്ല് പുഴുങ്ങികുത്താനും വിറക് കീറിയുണക്കാനുമുള്ളതായിരുന്നു ആ വെയില്. ഇടവപ്പാതി നിന്നു പെയ്യുമ്പോൾ ആളുകൾ പറയുമായിരുന്നു ഇതെന്തൊരു മഴ! ഇങ്ങനെ ശകാരിക്കൽ കേട്ടു മടുത്തിട്ടാകും ഇപ്പോൾ മഴയില്ലാത്തത്. ഉള്ളതുതന്നെ കാലംതെറ്റിയും തോന്ന്യോണവുമാണ് പെയ്യുന്നത്. കാവു തീണ്ടിയും കാടും മരങ്ങളും നശിപ്പിച്ചും പുഴമലിനമാക്കിയും വയലുകളും തണ്ണീർത്തടങ്ങളും നികത്തിയും കോൺക്രീറ്റ് കെട്ടിടങ്ങൾകൊണ്ട് ബഹുദൂര വികസനം നടത്തുന്നവരുടെ മേൽ മഴയും തോന്ന്യോണമാണ് പെയ്യുക.

മിഥുനം കർക്കിടകത്തിൽ തോരാതെ പെയ്യുന്ന മഴയെ ഞങ്ങളുടെ നാട്ടിൽ അടമഴയെന്നു വിശേഷിപ്പിക്കാറുണ്ടായിരുന്നു. രാവും പകലും അടച്ചു പെയ്യുന്നതിനാലാകാം അടമഴയായത്. അടമഴ വെച്ചുപിടിച്ചാൽ കന്നുകാലികളുടെ കാര്യം കഷ്ടം തന്നെ. അവ ദയനീയമായി കരയുവാൻ തുടങ്ങും. അവയുടെ വിശപ്പടക്കുവാനുള്ള ഉത്തരവാദിത്വം എപ്പോഴും വീട്ടിലെ ആൺകുട്ടികൾക്കാണ്. മഴ നനഞ്ഞ് പുല്ലു ശേഖരിക്കുന്ന ഒരു സംഗതിയുണ്ട്. അതുകഴിഞ്ഞ് മഴയിൽ ഒരു കുളിയും. പക്ഷേ,

ആസ്വദിച്ചു കുളിക്കാൻ പറ്റില്ല. ആഹ്ലാദതിമിർപ്പിനിടെ ശാസനയുടെ ഇടി മുഴങ്ങും. 'മതി, കേറീനടാ പനിപിടിക്കും.' അഥവാ പനിച്ചാലോ. കുടുക്ക മൂലിയും ചുക്കും കുരുമുളകുമൊക്കെ ചേർത്തൊരു കഷായം. മൂന്നു നേരം. അതു മതിയാകും. ഇന്നത്തെപ്പോലെ പനിക്ക് പ്രത്യേകം പ്രത്യേകം പേരു കളൊന്നുമുണ്ടായിരുന്നില്ല.

തുലാവർഷത്തിലെ ശക്തമായ മഴയിൽ തോട്ടുവക്കിലെ കൽക്കെട്ടു കളും കയ്യാലകളും കുറെയൊക്കെ അപ്രത്യക്ഷമാകുമായിരുന്നു. മല കലങ്ങി വരുന്ന വെള്ളത്തിൽ തോട്ടിലൂടെ കല്ലുകൾ ഉരുണ്ടു പോകുന്ന ശബ്ദം ഭീതി ഉളവാക്കിയിരുന്നു. മഴ കഴിഞ്ഞ് വെള്ളം തെളിയുമ്പോൾ ഉരഞ്ഞു മിനുസപ്പെട്ട പുതിയ കല്ലുകൾ പ്രത്യക്ഷപ്പെടും. മഴപെയ്തു തോരുന്ന സന്ധ്യകളിൽ ഇലച്ചാർത്തുകൾ നനഞ്ഞ് തണുത്തുവിറച്ച് ഉല ഞ്ഞുനില്ക്കുന്ന മരങ്ങൾ കാണാം. ഇലകൾ മറിഞ്ഞ് കിടക്കുന്ന മരങ്ങൾ പെയ്യുന്ന മഴ ബാല്യത്തിന്റെ കൗതുകമായിരുന്നു; മരം പിടിച്ചു കുലുക്കി മഴ പെയ്യിച്ചിരുന്ന കാലം. തെളിയുന്ന ആകാശത്തിൽ തെന്നിപറക്കുന്ന മഴപ്പുള്ളുകളേയും ചക്രവാളത്തിലേക്ക് കുതിച്ചു പറക്കുന്ന ഞാറകളേയും കൗതുകത്തോടെ നോക്കിയിരുന്ന കാലം.

ആഞ്ഞടിച്ച കാറ്റ് പള്ളിയോടു ചേർത്തു നിർമ്മിച്ചിരുന്ന ഷെഡ്ഡിന്റെ ഇളകിയ ടിൻഷീറ്റിൽ തട്ടി പ്രത്യേക ശബ്ദമുണ്ടായപ്പോഴാണ് ബാല്യ കാല മഴസ്മരണകളിൽനിന്നു ഞാനുണർന്നത്. നേരം നന്നേ പുലർന്നി രിക്കുന്നു. ആകാശം മഴമേഘങ്ങളാൽ കറുത്തിരുന്നു. കാറ്റിൽ പള്ളിമു റ്റത്തെ കരയിലകൾ അടിച്ചു നീക്കപ്പെട്ടു. അന്തരീക്ഷത്തിലെ ചൂടിന്റെ കാഠിന്യം കുറഞ്ഞിരുന്നു. അയൂബ് നബിയുടെ കബറിടത്തിലേക്ക് പോകു വാൻ തയ്യാറായി നില്ക്കണമെന്നു പറഞ്ഞാണ് ഇന്നലെ ജിനോ ജോയി പോയത്. വേഗത്തിൽ തയ്യാറായി കാത്തുനിന്നു. പറഞ്ഞിരുന്നതിലും വൈകിയാണ് ജിനോ എത്തിയത്. ഞങ്ങൾ ബൈത്ത് സബീക്ക് പർവ്വത ശിഖരത്തിലെ അയൂബ് നബിയുടെ കബറിടത്തിലേക്ക് യാത്ര തിരിച്ചു. സലാലയിലെ എന്റെ ആദ്യ യാത്ര. മഞ്ഞുവീണു തുടങ്ങിയ പ്രഭാതമാ യിരുന്നതിനാൽ റോഡിൽ അത്ര തിരക്കുണ്ടായിരുന്നില്ല. കാറോടിക്കു ന്നതിനിടെ ഓരോ സ്ഥലങ്ങളും ജിനോ എനിക്ക് പരിചയപ്പെടുത്തി തരു ന്നുണ്ടായിരുന്നു. ആ സ്ഥലനാമങ്ങളൊന്നും ഓർത്തുവെക്കാൻ പറ്റിയ മാനസികാവസ്ഥയായിരുന്നില്ല എനിക്കപ്പോൾ. കുടുംബത്തെ പിരിഞ്ഞ് ഇത്ര ദൂരത്തിൽ, ഇവിടെയെത്തിയിട്ട് ദിവസങ്ങൾ മാത്രമേ ആയിരുന്നുള്ളൂ. പ്രധാന പാതയിൽനിന്നും ഇറ്റിൻ കുന്നിൻ പുറത്തേ ലക്ഷ്യമാക്കി ടയോട്ടാ കാർ ചെറിയ റോഡിലേക്ക് കയറി. പിന്നീടങ്ങോട്ട് കയറ്റമായിരുന്നു. മൂടൽ മഞ്ഞിലൂടെ സൂര്യപ്രകാശം അരിച്ചെത്തുന്നു. എന്നാൽ അവ വേണ്ടത്ര വെളിച്ചം പ്രസരിപ്പിച്ചില്ല. മൂടൽ മഞ്ഞിന്റെ സാന്ദ്രത ഏറിവന്നു. മുമ്പോട്ടു റോഡ് കാണാൻ കഴിയാത്തതിനാൽ വണ്ടിയോടിക്കുക ക്ലേശകരമായി. ഇലകളധികമില്ലാത്ത വൃക്ഷങ്ങൾ റോഡിനിരുപുറവും നില്ക്കുന്നത് മഞ്ഞിൽ അവ്യക്തമായി കാണാം. മഞ്ഞണിഞ്ഞു കിടന്നിരുന്ന കുന്നിൻ

പരപ്പിൽ ഒട്ടകങ്ങൾ മേഞ്ഞു നടക്കുന്നു. ഒട്ടകങ്ങൾ മേഞ്ഞു നടക്കുന്നിടങ്ങളിൽ അതീവ ജാഗ്രതയോടെ വേണം വണ്ടി ഓടിക്കുവാൻ. ഖരീഫിന്റെ ആഗമനത്തോടെ ജബലുകൾ സന്തോഷ നൃത്തം വെക്കുന്ന കാഴ്ചയിൽ ഞാൻ വിസ്മയം പൂണ്ടു. ഏതാണ്ട് ഒരു മണിക്കൂറിനുള്ളിൽ നബി അയൂബിന്റെ കബറിടം കുടികൊള്ളുന്ന ഇറ്റിൻ മലനിരയുടെ മുകളിലെത്തി. മനുഷ്യരുടെ ബഹുസ്വരതയാണ് വ്യവഹാരങ്ങളിൽനിന്ന് തെല്ലകന്ന് സ്വച്ഛമായി, ആദ്ധ്യാത്മിക സാധനയിലെന്നവണ്ണം നിലകൊള്ളുന്ന ഇറ്റിൻ കുന്ന്.

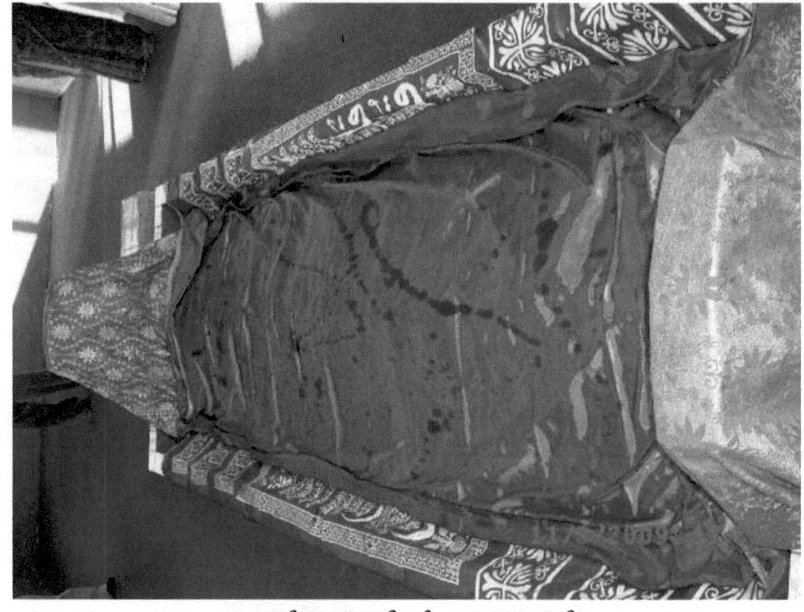

നബി അയൂബിന്റെ പുണ്യസ്ഥലി

കവാടത്തിലെ വലിയ ഗേറ്റിനു മുമ്പിലെ വിശാലമായ സ്ഥലത്ത് കാർ പാർക്കു ചെയ്ത്, ഇറങ്ങിനടന്നു. നട്ടുപിടിപ്പിച്ച മരങ്ങളും പൂച്ചെടികളും മഞ്ഞിൽ മൂടിക്കിടന്നു. കുറച്ചുകൂടി ഉയരത്തിലാണ് കബറസ്ഥാൻ. അതിന്റെ മനോഹരമായ മകുടം പച്ചനിറം പൂണ്ടതായി തോന്നി. പാദരക്ഷകൾ അഴിച്ചുവെച്ച് ആ പുണ്യസ്ഥലിയിലേക്ക് പ്രവേശിച്ചതോടെ അസ്വാസ്ഥ്യങ്ങളേവയും തിരോഭവിക്കുന്നു. വേദ വചനങ്ങളെ അനുസരിക്കയാണെങ്കിൽ നീതിമാനായ ഇയ്യോബിന്റെ ഭൗതികശരീരം സംസ്കരിച്ചിരിക്കുന്ന ഈ സ്ഥലം വിശുദ്ധമാണ്. ദൈർഘ്യമേറിയ കബറിന്റെ പൗരാണികമായ ധർമ്മരൂപം പച്ചപ്പട്ടുവിരിച്ച് അലങ്കരിച്ചിരിക്കുന്നു. ഹരിത നിറം ചാർത്തപ്പെട്ട മഹത്തായയൊരു ശവകല്ലറ. ആ ശാന്തി കുടീരത്തിൽ അപ്രതിരോധ്യവും അലൗകികവും ആനന്ദഭരിതവുമായ ഊർജ്ജം തളം

കെട്ടിക്കിടക്കുന്നു. മറ്റുപാധികളേതുമില്ലാതെ ദൈവീക നിയോഗത്തിന് സ്വയം ഏല്പിച്ചുകൊടുത്ത്, പ്രഗാഢമായ വേദനയിലൂടെ കടന്നുപോയ ഇയ്യോബിന്റെ സ്മരണയിൽ നാം മുഗ്ദ്ധരായി പോകുന്നു. *ഇയ്യോബിന്റെ പുസ്തകം* വായിക്കുമ്പോൾ നിസ്സഹായനായ മനുഷ്യനെ പരീക്ഷിക്കുന്നതിന് സാത്താന്റെ കൈയിൽ ഏല്പിച്ചുകൊടുക്കുന്ന ദൈവത്തെക്കുറിച്ച് നാം ചിന്തിക്കാറില്ല. നിന്റെ ദൈവമായ കർത്താവിനെ പരീക്ഷിക്കരുതെന്നു കല്പിച്ച ദൈവം ഇവിടെ പരീക്ഷയ്ക്കായി മനുഷ്യനെ നിഷ്കരുണം ഏല്പിച്ചുകൊടുക്കുന്നു. മനുഷ്യന് വേദന കല്പിച്ചു നല്കുകയും ഒടുവിൽ അതിൽ നിന്നവനെ മുക്തമാക്കുകയും ചെയ്യുന്നത് ദൈവം തന്നെ. അതിനിടയിലെ യാതനകളും ദുഃഖങ്ങളും മനുഷ്യന്റേതു മാത്രം. ഇയ്യോബിന്റെ കഷ്ടപ്പാട് ഒരു നൈതിക ചോദ്യമായി തീരുന്നത് അങ്ങനെയാണ്.

എല്ലാ പ്രവാചക ഗ്രന്ഥങ്ങളും ദൈവീകതയുടെ സൂക്ഷ്മാർത്ഥങ്ങളെ ഉൾക്കൊള്ളുന്നവയാണ്. പ്രത്യേക ദൗത്യ നിർവ്വഹണത്തിന്റെ മഹത്വമാണ് അതിൽ ഉൾച്ചേർന്നിരിക്കുക. പ്രവാചകൻ നീതിയുടെ വഴിയിലൂടെയാണ് എപ്പോഴും സഞ്ചരിക്കുക. നീതി നിഷേധത്തിനെതിരെ നിലകൊള്ളുകയാണ് പ്രവാചക ധർമ്മം. എന്നാൽ ഇയ്യോബിന്റെ പുസ്തകം അതിൽ നിന്നു വ്യതിരിക്തമാണ്. എബ്രായ പണ്ഡിതർ ഈ പുസ്തകത്തെ ന്യായപ്രമാണത്തിലും പ്രവാചകഗണത്തിലും ഉൾപ്പെടുത്താതെ കെത്തൂബീം എന്ന മൂന്നാം വിഭാഗത്തിലാണ് ചേർത്തിരിക്കുന്നത്. ദൈവീക വഴിയിൽ നിന്നകന്നവനെ തിരികെ കൊണ്ടുവരികയെന്ന ഉദ്ദേശ്യ ലക്ഷ്യമാണ് പ്രവാചകനുള്ളത്. എന്നാൽ നീതിനിഷ്ഠയോടെ ജീവിച്ച, നിഷ്കളങ്കനും ദൈവഭക്തനുമായ ഇയ്യോബ് കഠിനമായി പീഡിപ്പിക്കപ്പെടുന്നു എന്നതാണ് വിപര്യയം.

ഇയ്യോബിനെപ്പോലെ സത്യസന്ധനായി തിന്മയിൽ നിന്നകന്നവനായി ഭൂമുഖത്തുതന്നെ ആരെങ്കിലുമുണ്ടോ? എന്നത് ദൈവസാക്ഷ്യമാണ്. എന്നിട്ടും ദൈവത്തിന്റേയോ വിശ്വാസത്തിന്റേയോ ശ്രേയസിനായി മനുഷ്യൻ പീഡ അനുഭവിക്കേണ്ടിവരുന്നു. മുമ്പൊരിക്കലും സംഭവിച്ചിട്ടില്ലാത്ത വിധം നിഷ്കളങ്ക സ്വരൂപത്തെ നേരിടാൻ ഉദ്യുക്തനായപ്പോൾ സാത്താൻ തന്നെ തെല്ലിട വിഷണ്ണനായിട്ടുണ്ടാവണം. കാരണം നീതിമാന്റെ മേലാണ് കൈവെക്കുന്നതെന്ന് സാത്താനറിയാം. ഈ പരീക്ഷണം കഷ്ടപ്പാടിലേക്ക് ആഴ്ന്നുപോകലെങ്കിലും ഉദാത്തതയാർന്ന ദൈവീകതയിലേക്ക് ഉത്ഥാനം ചെയ്യുവാനുള്ളതാണ്. ദൈവത്തിന്റെ കൈകളാൽ നേരിട്ട് പരീക്ഷപ്പെടുകയായിരുന്നെങ്കിൽ ആ കർമ്മം പ്രത്യക്ഷത്തിലും നിഗൂഢത്തിലും പ്രസാദ പൂർണ്ണമാകുമായിരുന്നു.

ഇയ്യോബിന്റെ പുസ്തകം ഒരു പുരാവൃത്തമായി കരുതുന്ന വേദശാസ്ത്ര പണ്ഡിതരുണ്ട്. മനുഷ്യന്റെ ആത്മീയോത്കർഷത്തിനുള്ള വെറുമൊരു കഥ മാത്രമോ ഇത്. ആത്മീയതയുടെ അർത്ഥം കണ്ടെത്തിയിരുന്നത് നീതിമാന്റെ കഷ്ടപ്പാടുകളിലൂടെയായിരുന്നിരിക്കാം. എന്നാൽ

ഇവിടെ ദൈവത്തിലുള്ള വിശ്വാസത്തിന്റെ നിലനില്പിന് ഇയ്യോബ് ഇരയായി ഭവിക്കയാണോ? ഈ ഗൂഢാർത്ഥത്തെ വിശകലനം ചെയ്യുമ്പോൾ നീതിമാൻ കഷ്ടപ്പെടുന്നത് ദൈവഹിത രഹസ്യത്താലെന്ന വ്യാഖ്യാനം എക്കാലത്തും സ്വീകാര്യമായിരിക്കാം. അത് ചോദ്യം ചെയ്യപ്പെടാനാകാത്ത രഹസ്യം തന്നെ. എബ്രായ വേദശാസ്ത്ര ചിന്തയിൽ ഇത് സംഗതമെങ്കിലും പരീക്ഷിക്കുന്നതിനായി മനുഷ്യനെ ദൈവം തന്നെ സാത്താന്റെ കൈയിൽ ഏല്പിച്ചുകൊടുക്കുന്ന ദൈവീക വിപ്ലവം മറ്റെങ്ങും കാണില്ല. വിശ്വാസ ശൃംഗത്തിൽ മഹത്തായ ഹോമദ്രവ്യമായി ഭവിച്ചത് ഇയ്യോബിന്റെ ഏഴു പുത്രന്മാരും മൂന്നു പുത്രിമാരും അവരുടെ സന്താനങ്ങളുമാണ്. സമാർജ്ജിച്ച ഐഹിക സമ്പാദ്യങ്ങളും സന്തതി പരമ്പരകളും നഷ്ടപ്പെട്ട അയാൾ വസ്ത്രം കീറിയെറിഞ്ഞു. തലമുണ്ഡനം ചെയ്തു. രട്ടിലും വെണ്ണീറിലും സാഷ്ടാംഗം വീണ് സ്രഷ്ടാവിനെ വിളിച്ചു. തനിക്കു ജന്മം നല്കുന്നതിന് ഹേതുകമായ ഒരു തുള്ളി രേതസ്സിലേക്കോ അമ്മയുടെ ഉദരത്തിലെ അന്ധകാരത്തിലേക്കോ ചുരുങ്ങിപ്പോകുവാനാഗ്രഹിക്കുന്ന അയാളിൽ ദൈവഹിതമാണ് താൻ അനുഭവിക്കുന്നതെന്ന കൃതാർത്ഥത പ്രകടമാണ്. സഹനത്തിന്റെ നാളുകളിൽ ഉദ്ഗീതമായത്, അമ്മയുടെ ഉദരത്തിൽനിന്നു നഗ്നനായി വന്നു നഗ്നനായി മടങ്ങും. എല്ലാം ദൈവത്താൽ നല്കപ്പെട്ടു എല്ലാം ദൈവത്താൽ എടുക്കപ്പെട്ടു. മഹത്വം ദൈവത്തിന് എന്നിങ്ങനെയാണ്. ആർജ്ജിച്ച ഐഹിക സമ്പത്തുകളിലൊന്നും സക്തനല്ലെന്ന് ഈ വാക്കുകളിലൂടെ അദ്ദേഹം ബോദ്ധ്യപ്പെടുത്തുന്നു. നിത്യ നൈതികതയുടെ പ്രതീകംപോലെ നിലകൊണ്ട ഇയ്യോബിന്റെ വിശ്വാസ സ്ഥൈര്യത്തിൽ ദൈവം അഭിമാനം കൊള്ളുന്നു.

പരീക്ഷണത്തിന്റെ രണ്ടാമൂഴത്തിൽ, അവന്റെ ജീവനിൽ മാത്രം കൈവയ്ക്കരുതെന്ന കരാർ ഉറപ്പിച്ച് ഇയ്യോബിന്റെ ബാഹ്യശരീരവും സാത്താന് ഏല്പിച്ചു കൊടുക്കുന്നു. പൂർവ്വ നിശ്ചതത്ത്വത്തിന്റെ തിക്തം അനുഭവിക്കുന്ന മനുഷ്യൻ വെണ്ണീറിലിരുന്ന്, ഓട്ടുകഷണം കൊണ്ട് കഠിനമായ വ്രണം നിറഞ്ഞ ശരീരം മാന്തി കീറുകയാണ്. ഇയ്യോബിന്റെ വ്യാകുലതകൾ മുഴുവൻ അർത്ഥപൂർണ്ണത നേടുന്നത് ഈ സമർപ്പണത്തിലാണ്. ആസക്തികളാൽ വ്യഥയനുഭവിക്കുന്ന ഭാര്യയുടെ വാക്കുകൾ തീക്ഷ്ണ ശരം പോലെ അയാളിൽ ആഴ്ന്നു തറയ്ക്കപ്പെടുന്നു. 'ഇനിയും ദൈവഭക്തിയിൽ ഉറച്ചുനില്ക്കുന്നുവോ? ദൈവത്തെ ശപിച്ചിട്ട് മരിക്കുക.' ദൈവനീതിയിൽ ദൃഢേച്ഛമായിരുന്ന അയാളുടെ മനസ്സ് പിടഞ്ഞു: വാർന്നു വീണ അശ്രുക്കൾ തനിക്കുവേണ്ടി ആയിരുന്നില്ല. ദൈവ നിയോഗത്തിന്റെ പൊരുൾ അറിയാതെ പുലമ്പുകയും കാമനകളെ പുല്കി നില്ക്കുകയും ചെയ്യുന്ന ഭാര്യയെക്കുറിച്ചോർത്തായിരുന്നല്ലോ. വിശ്വസ്തത സാരവത്തായി തീരുന്നതെങ്ങനെയെന്ന് ഇയ്യോബ് വെളിപ്പെടുത്തി തരുന്നുണ്ട്. 'ദൈവകരങ്ങളിൽനിന്നു നന്മയനുഭവിച്ച നാം തിന്മയനുഭവിക്കുവാൻ എന്തിനു മടിക്കണം.' മനുഷ്യനു പ്രാപിക്കാവുന്ന സാത്വികതയുടെ ബിംബമായി ഇയ്യോബ് മാറുന്നു. ദൈവീകതയുടെ ലയ സമ്പൂർണ്ണതയിൽ നിമ

ഗനായ അദ്ദേഹത്തെ നഷ്ടങ്ങളുടെ കണക്കുകളൊന്നും മന്ദീഭവിപ്പിക്കുന്നില്ല. സാത്താനാൽ ഉന്മൂലനം ചെയ്യപ്പെട്ട് കുലം അന്യം വന്നുപോകുന്ന ദുരന്തത്തിന് സാക്ഷിയാകേണ്ടി വരുന്നവന്റെ സന്ദേഹങ്ങളോ ആധികളോ അദ്ദേഹത്തിന്റെ വാക്കുകളിൽ ഒരിടത്തും നാം കാണുന്നില്ല.

തീക്ഷ്ണമായ ജീവിതാനുഭവങ്ങളിലൂടെ കടന്നുപോകുന്ന ഇയ്യോബിനെ ആശ്വസിപ്പിക്കാനായി മൂന്നു സ്നേഹിതന്മാർ സന്നിഹിതരാവുന്നുണ്ട്. ദൈവനീതിയെക്കുറിച്ചുള്ള അവരുടെ സംഭാഷണങ്ങൾ ഗ്രന്ഥത്തിൽ നാടകീയമായി ആവിഷ്കരിക്കുന്നുണ്ട്. സ്വന്ത പാപങ്ങൾ നിമിത്തമാണ് ക്ലേശങ്ങൾ സഹിക്കേണ്ടി വരുന്നതെന്ന് സ്നേഹിതർ പറയുമ്പോൾ തന്റെ നിരപരാധിത്വം തെളിയിക്കാനാണ് ഇയ്യോബ് ശ്രമിക്കുന്നത്. പരമ്പരാഗത ചിന്താധാരകളും ധൈഷണിക വ്യാപാരവുമാണ് ഈ സംവാദത്തിൽ വിഷയമാകുന്നത്. വൈകാരികതയുടെ നേർത്ത തലത്തോളം ഇയ്യോബ് എത്തുന്നു. തന്റെ നിരപരാധിത്വം തെളിയിക്കുവാനുള്ള തീവ്രവ്യഗ്രതയിൽ, ദൈവീക ദൗത്യത്തിന് താൻ നിയോഗിക്കപ്പെട്ടിരിക്കുന്നു എന്നതോർക്കാതെ ദൈവീക നീതിയെ ഇത്തിരിനേരം വിസ്മരിച്ചു പോകുന്നത് സമ്പൂർണ്ണമായ സത്യനിഷ്ഠയിൽനിന്നുള്ള ഭ്രംശമായി കരുതുക വയ്യ. എല്ലാം നഷ്ടപ്പെട്ടവന് ചെറുതായൊരു സംഭ്രമമുണ്ടായില്ലെങ്കിൽ അത് മനുഷ്യജന്മമല്ലാതെയായി പോകില്ലേ. 'സ്വന്തം സൃഷ്ടിയെ പീഡിപ്പിക്കുന്നതും നിന്ദിക്കുന്നതും ദുഷ്ടന്റെ പദ്ധതികളെ അനുകൂലിക്കുന്നതും അങ്ങേക്കു യോജിക്കുന്നതാണോ' എന്ന് ഇയ്യോബ് ദൈവത്തോട് വിയോജിക്കുന്നുണ്ട്. സ്നേഹിതരുമായുള്ള ദീർഘ സംഭാഷണത്തിനൊടുവിൽ ഐന്ദ്രജാലക്കാരന്റെ വിരുതോടെ ഒരു കഥാപാത്രം പ്രത്യക്ഷപ്പെടുന്നു. ദൈവമാർഗ്ഗത്തെ നീതീകരിക്കയും ഇയ്യോബിനെ അയാൾ ഉദ്ബുദ്ധനാക്കുകയും ചെയ്യുന്നു. സാര സമ്പൂർണ്ണമായ സംവേദനത്തിനൊടുവിൽ അന്തഃസംവാദങ്ങൾ നിലച്ച ഇയ്യോബ് നിശ്ചലത്വം പ്രാപിച്ചു.

ഏകാന്തതയുടെയും വേദനയുടെയും വേളയിൽ ജീവിതം മറ്റൊരു മാനത്തിലേക്ക് പരിണമിക്കുന്നത് ഇയ്യോബറിയുന്നു. പൂർണ്ണമായും അനാസക്തിയിലേക്ക് നയിക്കപ്പെട്ടു. മരണം സ്പർശനീയമാകുന്നു. ജന്മദേശമായ ഊസിന്റെ ആകാശങ്ങളിൽ പ്രത്യാശാഭരിതമായ നിലാവ് ഇനി തെളിയാനിടയില്ലെന്നു ധരിക്കുന്ന ഇയ്യോബ് വ്രണിതശരീരവും ഹതാശമാകാത്ത മനസ്സുമായി യാനപഥം പ്രാപിക്കുന്നു. അതോടെ നഷ്ടപ്പെടലല്ല ഉപേക്ഷിക്കലാണ് ആദ്ധ്യാത്മികതയെന്ന തിരിച്ചറിവ് നമുക്ക് ലഭിക്കുന്നു. പ്രത്യക്ഷത്തിൽ ദുരന്തമെന്നു തോന്നിക്കുമെങ്കിലും നിഗൂഢത്തിൽ പ്രസാദപൂർണ്ണമായ, സൂക്ഷ്മമായ പ്രക്രിയയിലൂടെയുള്ള കടന്നുപോകലായിരുന്നു. അത് പ്രവാചകനിലേക്കുള്ള യാത്രയായിരുന്നു. ഇയ്യോബ് ഇവ്വിധം പരീക്ഷിക്കപ്പെട്ടില്ലായിരുന്നെങ്കിൽ നീതിമാനെന്തിനു കഷ്ടപ്പെടണം എന്നത് ഒരു ദൈവശാസ്ത്ര സംജ്ഞയായി രൂപപ്പെടുമായിരുന്നില്ല. ഈ വിഷയത്തിൽ എക്കാലത്തേക്കുമുള്ള ഒരു സ്മാരകശിലയായി ഇയ്യോബ് പ്രതിഷ്ഠിക്കപ്പെടുന്നു. ഉപേക്ഷിക്കൽ കേവലം പദാർത്ഥങ്ങളെ മാത്രമാ

യിരുന്നില്ലല്ലോ. ഐഹിക ജീവിതത്തിന്റെ ന്യായാന്യായങ്ങളെയും ധർമ്മാധർമ്മങ്ങളെയും ഉപേക്ഷിച്ചു. സ്വത്വം വിസ്മരിക്കപ്പെട്ടു. ധ്യാനാത്മകമായ നിശൂന്യതയിലൂടെ ആന്തരിക സത്തയിലേക്കുള്ള ഒരു പിൻ ഒഴുക്ക് സംഭവിക്കുന്നു. മറഞ്ഞിരുന്ന ആന്തരിക ശക്തിവിശേഷം അഭിവഞ്ജിതമായി തീരുന്നു. കോതമ്പുമണി നിലത്തു വീണു ചാകുന്നതോടെ പുതിയ ചെടി മുളയെടുക്കുന്നു. പുതിയ ധാന്യശേഖരത്തിനായി. ഭൂതകാലത്തിന്റെ ശോഭാമയത പുനർലബ്ധമാവുകയെന്നത് അദ്ദേഹത്തിന്റെ ഓർമ്മയിലുണ്ടായിരുന്നില്ലല്ലോ.

ഇറ്റിൻ മലയടിവാരത്തിലുള്ള നീരുറവിങ്കലേക്ക് ഇറങ്ങിച്ചെല്ലുക ദുഷ്കരമാണ്. എങ്കിലും കുന്നിന്റെ വിശ്രാന്തിയിൽനിന്നും മതിവരാതെ ശ്വസിച്ചുകൊണ്ട് ഞങ്ങൾ കുന്നിറങ്ങി. കടുംതൂക്കായ ആ വനസ്ഥലി മഞ്ഞുവീണ് നരച്ചു കാണപ്പെട്ടു. അതിനുമീതെ ഊർജ്ജമില്ലാതെ സൂര്യപ്രകാശം വീണു കിടന്നിരുന്നു. കിനിഞ്ഞിറങ്ങുന്ന സൂചിമഴയിൽ ഒതുക്കുകല്ലുകൾ ചവിട്ടിയിറങ്ങിയത് ഗൃഹാതുരത്വമുണർത്തുന്ന അനുഭവമായി. കേരളത്തിലെ മൂന്നാറിന്റെ പച്ചപ്പിലൂടെ നടക്കുന്ന ഒരു പ്രതീതി. വഴി നീളെ വൃത്തിഹീനമായി കിടന്നിരുന്ന ഒട്ടകത്തിന്റെ ചാണകം മാത്രമായിരുന്നു അറബിദേശത്തിന്റെ സൂചകമായത്. കുന്നിറങ്ങിയുള്ള നടത്തം വിസ്മയകരമായ അനുഭവമായി. അകന്മഷമായ ശാന്തി പൂർണ്ണമായും ലബ്ധമാവുക താഴ്വാരത്തിലെ ഉറവിങ്കലാണ്.

ആശ്വാസത്തിന്റെ ഉറവുകൾ തേടിയലഞ്ഞ് ഒടുവിൽ ഈ താഴ്വാരത്തിലാണ് ഇയ്യോബ് വന്നണഞ്ഞത്. പ്രാമാണ്യൈശ്വര്യങ്ങളേവയും ഉപേക്ഷിച്ച് ഈ താഴ്വാരത്തിന്റെ ഏകാന്ത വിസ്തൃതിയിൽ സ്വയം പ്രക്ഷേപിച്ചു. വിമലീകരണത്തിന്റെ കാഠിന്യങ്ങൾ അനുഭവിച്ച് പ്രപഞ്ചസത്തയോട് ആബദ്ധനായി കിടന്നു. സഹനീയമല്ലാത്ത വേദനയിലും ദൈവീക വെളിപാടിനായി ആഗ്രഹിച്ചു. അത്യുന്നതൻ മനുഷ്യനോടു സംസാരിക്കുന്നു. 'ഭൂമിക്ക് അടിസ്ഥാനമിട്ടപ്പോൾ നീ എവിടെയായിരുന്നു. പ്രഭാത നക്ഷത്രങ്ങൾ ഗീതങ്ങളാലപിക്കുകയും ദൈവപുത്രന്മാർ സന്തോഷിച്ചാർക്കുകയും ചെയ്തപ്പോൾ ഭൂമിയുടെ അടിസ്ഥാനം ഏതിന്മേൽ ഉറപ്പിക്കപ്പെട്ടു. ആഴിയുടെ ഗർഭത്തിൽനിന്നും സമുദ്രം പൊട്ടിപ്പുറപ്പെട്ടപ്പോൾ ഉദ്ധതമായ തിരമാലകൾ ഇവിടെ നില്ക്കണമെന്നു നിശ്ചയിച്ചതാരാണ്? അന്ധകാരത്തിന്റെ പാർപ്പിടം എവിടെയാണ്?

പ്രകാശത്തിന്റെ വസതിയിലേക്കുള്ള വഴി ഏതാണ്? മരുഭൂമിയിൽ മഴപെയ്യിച്ച്, ഉണങ്ങി വരണ്ട ഭൂമിയുടെ ദാഹം ശമിപ്പിച്ച് പുല്ലു മുളപ്പിക്കുന്നതിന് മഴയുടെ ചാലുകൾ കീറിയതും ഇടിമിന്നലിന്റെ പാതയൊരുക്കിയതും ആരാണ്? കാർത്തികയുടെ ചങ്ങല നിനക്കു ബന്ധിക്കാമോ? മകയിരത്തിന്റെ ബന്ധനങ്ങൾ നിനക്കഴിക്കാമോ? രാശിചക്രത്തെ യഥാകാലം നിനക്കു നയിക്കാമോ? ആകാശത്തെ നിയന്ത്രിക്കുന്ന ചട്ടങ്ങൾ നിനക്കറിയാമോ? സർവ്വശക്തനോട് തർക്കിക്കുന്നവൻ ഉത്തരം പറയട്ടെ! വേദങ്ങളുടെ രഹസ്യ താല്പര്യം ഈ ചോദ്യങ്ങളിലുണ്ടാവാം. എങ്കിലും ഒരു

തിരിച്ചറിവിന്റെ ഔജ്ജ്വല്യമേകുവാനുള്ള ശക്തി അതിലടങ്ങിയിട്ടുണ്ടല്ലോ.

ഇയ്യോബ് ദൈവത്തോട് പ്രതിവചിച്ചു. ഞാൻ നിസ്സാരനാണ്. എന്തു ത്തരമാണ് ഞാൻ പറയേണ്ടത്. ഞാൻ നാവടക്കുന്നു. ഒരിക്കൽ ഞാൻ സംസാരിച്ചു. രണ്ടു തവണ ഞാൻ ഉത്തരം പറഞ്ഞു. എനിക്കു ഗ്രഹിക്കാവതല്ലാത്തവയെക്കുറിച്ച്, അത്ഭുതകാര്യങ്ങളെക്കുറിച്ച് ഞാൻ പറഞ്ഞുപോയി. ഇനി ഞാൻ മിണ്ടുകയില്ല. അങ്ങയെക്കുറിച്ച് ഞാൻ കേട്ടതേ ഉണ്ടായിരുന്നുള്ളൂ. ഇപ്പോൾ കണ്ടിരിക്കുന്നു. മനുഷ്യ നിസ്സാരതയുടെ സാത്വിക പാഠം സ്വയം ബോദ്ധ്യപ്പെടുന്ന ഇയ്യോബ് ദൈവീകതയ്ക്കു മുമ്പിൽ സമർപ്പിതനാകുന്നു. ദൈവീകരഹസ്യങ്ങളെ മനുഷ്യബുദ്ധിക്കു ഗ്രഹിക്കാവതല്ലെന്ന തിരിച്ചറിവാണ് ഇയ്യോബിന് പ്രവാചകനെന്ന വാഴ്‌വ് ചാർത്തിക്കൊടുക്കുന്നത്. സത്യാത്മകതയുടെ പ്രതിസ്ഫുരണമാണ് പ്രവചനം. അനുഭവിച്ച വേദനയുടെ മുറിപ്പാടുകളൊന്നും ഇപ്പോൾ ഇയ്യോബിലില്ല. ദൈവത്തിനു മുമ്പിൽ ശരണാർത്ഥിയായി, ഇത്തിരി പ്രാണൻ അവശേഷിക്കുന്ന ശരീരം നിഗൂഢമായ മരണം കാംക്ഷിച്ച് താഴ്‌വാരത്തിൽ കിടന്നു. സമസ്ത ഭൂതഗണങ്ങളും നിരാലംബനായ മനുഷ്യനോട് സഹവർത്തിക്കുകയും സാന്ത്വനമരുളുകയും ചെയ്തിരിക്കാം. മനുഷ്യനും ചരരാശിയും സ്വരൈക്യത്തിലാവുമ്പോഴെ മനുഷ്യനിൽ ശമാവസ്ഥ വന്നു ചേരുകയുള്ളൂ.

ഇനിയും പിൻവാങ്ങിയിട്ടില്ലാത്ത പ്രാണൻ കാരുണ്യപൂർവ്വം സ്പന്ദിച്ചു. ജീവപ്രവാഹം നിലയ്ക്കുകയാണ്. രാത്രിയുടെ ശൈത്യത്തിൽ വിസ്തൃതമായ ആകാശത്തിനു കീഴെ അറ്റുപോകലിന്റെ സ്പന്ദത; അവസാന സ്പന്ദത. സഫലമാക്കപ്പെടുന്ന ആ മുഹൂർത്തത്തെ കാത്ത് അവബോധത്തിന്റെ സജീവതയിൽ അങ്ങനെ കിടന്നു. ഉള്ളിലെവിടെയോ ഒരിറ്റു വെള്ളത്തിനാഗ്രഹിച്ചതു പോലെ. പൊടുന്നനെ പ്രകൃതിയുടെ ദയാവായ്പാൽ ജബലിന്റെ ആത്മാവിൽനിന്നും നീരുറവ പൊട്ടി. പ്രപഞ്ചസത്തയുടെ പൂർണ്ണ പ്രഫുല്ലനം ബീഭത്സമായ വ്രണങ്ങളും ചോരപ്പാടുകളും വികൃതമാക്കിയ ശരീരം കാരുണ്യത്തിന്റെ നീരുറവിൽ വിമലീകരിക്കപ്പെട്ടു, ജീവിതത്തിലേക്കുള്ള തിരിച്ചുവരവിന് ഔജ്ജ്വല്യമേകിക്കൊണ്ട് ആ നീരുറവ ഇന്നും ഒഴുകിക്കൊണ്ടേയിരിക്കുന്നു.

ദൈവീകാനുഗ്രഹം ഐഹികാർത്ഥങ്ങളെന്നു ചിന്തിച്ചിരുന്ന, ഭോഗങ്ങളിൽ തല്പരരായിരുന്ന ഒരു ജനതയെ സഹനത്തിന്റെ പുതിയ അർത്ഥവ്യാപ്തിയെന്തെന്ന് നബി അയ്യൂബ് പഠിപ്പിക്കുന്നു. അനന്തര നൂറ്റാണ്ടിലെ മനുഷ്യർക്കും ഉപേക്ഷിക്കലിന്റെ മഹത്വപാഠം ഇറ്റിൻകുന്നും അതിന്റെ നെറുകയിലെ ഈ കബറിടവും പകർന്നു നല്കുന്നു. പച്ചച്ച ജബലിനു മീതെ പറന്നു നടക്കുന്ന തുമ്പികളുടെ സ്വാച്ഛന്ദ്യത്തിലേക്ക് മനസ്സു മോചിപ്പിച്ചുകൊണ്ട് ജബൽ വഴിയിലൂടെ ഞങ്ങൾ തിരികെ നടന്നു.

ജീവന്റെ പ്രസാദം പോലെ മഞ്ഞിൽ അലംകുളിച്ചു നില്ക്കുന്ന ഖബരിസ്ഥാൻ എന്നെ ഇന്നും മുഗ്ദ്ധനാക്കുന്നു.

ഖരീഫിന്റെ ആത്മാവിലേക്ക്

മഞ്ഞും മഴയും കിനിഞ്ഞിറങ്ങുന്ന ജബലിന്റെ നിശ്ശബ്ദ നിഗൂഢത യിലേക്ക് പോകുവാൻ എന്നെ വിളിച്ചത് റിഷോർ ആയിരുന്നു. ക്ഷണം ലഭിച്ചപ്പോൾ മനസ്സ് സന്തോഷിച്ചു എന്നത് വാസ്തവം. ഏകാന്തതയുടെ തുരുത്തിലകപ്പെട്ടു പോയതിന്റെ ദുസഹത, ആലോചനകളേതുമില്ലാതെ ക്ഷണം സ്വീകരിച്ചിരിക്കുന്നതിനു പ്രേരണയായി. ഒപ്പം ഖരീഫ് അനുഭവ ങ്ങൾക്കായുള്ള അഭിവാഞ്ഛയും.

സലാലയിൽനിന്നും ഏകദേശം നാല്പതു കിലോമീറ്റർ മാത്രം ദൂര മുള്ള മദീനത് അൽഹക്കിൽ ഞങ്ങൾ എത്തിയത് പ്രഭാത ഭക്ഷണത്തിനു ശേഷമാണ്. അവിടേക്കുള്ള പ്രധാന റോഡ് വളവുകളും തിരിവുകളു മുള്ളതായിരുന്നെങ്കിലും ദൃഢവും വീതിയേറിയതുമായിരുന്നു. ജബൽ നിര ത്തിലേക്ക് പ്രവേശിച്ചതോടെ യാത്ര ദുസ്സഹമായി. മഞ്ഞാർത്തു കിടന്നി രുന്ന വഴിയിലൂടെ ദുഷ്കരമായിരുന്നെങ്കിലും റിഷോർ അതീവ ജാഗ്രത യോടെ പ്രാഡോ ഓടിച്ചുകൊണ്ടിരുന്നു. ദൈവീകാനുഗ്രഹം ആ കർമ്മ ത്തിൽ അന്തർവഹിച്ചിരുന്നതായി എനിക്കു തോന്നി. അതിനാൽ ചാഞ്ച ല്യമേതുമില്ലാതെയായിരുന്നു അയാൾ വണ്ടി ഓടിച്ചിരുന്നത്. സാന്ദ്രമായ മഞ്ഞിലൂടെ യാത്ര ചെയ്യുമ്പോൾ വണ്ടിക്കുള്ളിൽ ‘ഓത്തു പള്ളിയിലന്നു നമ്മൾ പോയിരുന്ന കാലം... കണ്ണീർ വാർത്തു നില്ക്കയാണു മേഘം’ എന്ന സുന്ദരമായ ഗാനം സാന്ദ്രസ്വരത്തിൽ കേൾക്കുന്നുണ്ടായിരുന്നു. നഷ്ടപ്പെട്ടുപോയ ഏതോ മുഗ്ദ്ധതയുടെ ഓർമ്മയിൽ പ്രകൃതി കണ്ണീർ പൊഴിക്കുമ്പോലെ ജബലിനു മീതെ മഴ പൊഴിഞ്ഞുകൊണ്ടിരുന്നു. ജബ ലിന്റെ ഉൾഭാഗത്തെവിടെയോ ഉള്ള ഒരു വിജനമായ സ്ഥലത്തെക്കുറിച്ച് റിഷോറിനു നല്ല ധാരണ ഉണ്ടായിരുന്നതിനാൽ ഇടയ്ക്കിടെ വഴി സംബ ന്ധിച്ച് ഉണ്ടായിക്കൊണ്ടിരുന്ന സന്ദേഹം അസ്വാസ്ഥ്യജനകമായിരുന്നില്ല.

ഏകദേശം ഒരു മണിക്കൂറിനുശേഷം ഞങ്ങൾ അവിടെയെത്തി.

പ്രഭാതം കഴിഞ്ഞിരുന്നെങ്കിലും തണുപ്പ് ഇറ്റുവീഴുന്നുണ്ടായിരുന്നു. നീരവമായ ആ വിജനസ്ഥലിയിൽ താല്ക്കാലികമായി ഒരു കൂടാരം കെട്ടി നിർത്തുമ്പോൾ അനുശീലമില്ലാത്ത തൊഴിലിന്റെ ബദ്ധപ്പാടൊന്നും അനുഭവസ്ഥമായില്ല. ആ ജോലിയിലേർപ്പെട്ടിരുന്ന ഞങ്ങൾ ഏതാണ്ട് നന്നേ നനഞ്ഞു കഴിഞ്ഞിരുന്നു.

സൂക്ഷ്മാകാരമായ ആകാശം മുഴുവൻ മഴമേഘം വ്യാപിച്ചു കിടന്നു. ശക്തിയുടെ സ്ഥൂലാംശമായ അഗ്നി ആകാശത്തുനിന്നുമാണ് കൊണ്ടുവന്ന് മനുഷ്യർക്കു നല്കപ്പെട്ടതെന്ന് ഭാരതപുരാണം. ഗ്രീക്കു ദേവനായ പ്രൊമിത്യൂസും എബ്രായ പ്രവാചകനായ ഏലിയാവും അഗ്നിയിറക്കി കൊണ്ടുവന്നത് വിഹായസ്സിൽ നിന്നുതന്നെ. എന്തുതന്നെ ആയാലും സസ്യമൃഗ മനുഷ്യ ജാതിഭേദമില്ലാതെ സർവ്വത്തിനും ജീവനോപാധിയായി വർത്തിക്കുന്ന അഗ്നിമേഘങ്ങളിൽ നിഹിതമാണ്. മേഘത്തിൽനിന്ന് അഗ്നി പുറപ്പെടുന്നതായി ഋഗ്വേദങ്ങളിലും ഭൂതാത്മക സത്തകളായ അഗ്നി, ജലം, വായു എന്നിവ ചേർന്നുണ്ടാകുന്നതാണ് മേഘം എന്ന് മേഘസന്ദേശത്തിലും പരാമർശിക്കുന്നു. മേഘത്തിൽ മറഞ്ഞിരിക്കുന്ന സർവ്വ സംഹാരിണിയായ അഗ്നിയെ കെടുത്തുന്ന ജലവും മേഘത്തിന്റെ ചേരുവയിലുണ്ടെന്നതാണ് സൃഷ്ടി രഹസ്യത്തിന്റെ വിസ്മയം. ഇത് പ്രകൃതിയുടെ ഔത്സുക്യം നല്കുന്ന നിഗൂഢതയായി കാണാതെ തരമില്ല. ജനനവും മരണവുമെന്നപോലെ, പ്രത്യക്ഷത്തിൽ വൈരുദ്ധ്യങ്ങളായ അഗ്നിയും ജലവും ഒന്നിൽത്തന്നെ ലീനമായിരിക്കുന്നു.

ഖരീഫ് കാല ജബൽ

ജബലുകളെ ചൂഴ്ന്നു നില്ക്കുന്ന മേഘങ്ങളിൽനിന്നും നാശനത്തിന്റെ വേരുകളായി അഗ്നി, ഭൂമിയിലേക്ക് വരാറില്ലായെന്നതും ആശ്ച

രൃകരവും ആശ്വാസകരവുമത്രെ. മേഘങ്ങളിൽനിന്ന് ആനീതമാവുന്ന മിന്നൽപ്പിണറിന്റെ ക്ഷണിക ദീപ്തി എത്ര സുന്ദരമാണ്. ഖരദ്രവ ബാഷ്പ ങ്ങൾക്കപ്പുറമുള്ള അവസ്ഥ. അരണിയിൽ നിന്നെന്നപോലെ മനുഷ്യചേത നയിൽനിന്നും സ്ഫുടം ചെയ്തെടുക്കുന്ന കർമ്മമാണ് ഗൂഢാർത്ഥത്തിൽ ആദ്ധ്യാത്മികത. മനുഷ്യന്റെ സത്തയിൽ ജ്വലിച്ചുയരേണ്ടതാണത്. തന്റെ പിന്നാലെ വരുന്നവനായ ക്രിസ്തു, അഗ്നിയിൽ ഉപനയനം നല്കുമെന്ന് സ്നാപകനായ യോഹന്നാൻ ഉദ്ഘോഷിച്ചത് അതിനാലാണ്. മനുഷ്യന്റെ ആദ്ധ്യാത്മികമായ ഉണർവ്വിനെ മേഘത്തോട് സാമ്യപ്പെടുത്താവുന്നതാണ്. ക്രിസ്തുവിന്റെ രണ്ടാംവരവിൽ മേഘങ്ങളിലാണ് പ്രത്യക്ഷപ്പെടുകയെന്നു കരുതുന്നത് അതുകൊണ്ടാവാം. അഗ്നി സമാഹിതമായിരിക്കുന്ന നീരദ ങ്ങളെ ജലചാർത്താക്കി തീർക്കുന്നത് പഞ്ചഭൂത ഘടകങ്ങളിലൊന്നായ കാറ്റാണ്. ദൃശ്യമല്ലാത്ത സ്പൃശ്യമായ മരുത്ത്. അതേപോലെ ദൈവീക കാറ്റ് ആത്മാവിന്റെ ജ്വലനവും കാരുണ്യത്തിന്റെ കണ്ണീരും സാദ്ധ്യമാക്കും.

മേഘങ്ങളിൽ നിലീനമായിരിക്കുന്ന ചൈതന്യം ജലചാർത്തായി ജബ ലിനു മീതെ കിനിഞ്ഞിറങ്ങുന്നു; മഞ്ഞും മഴയും ഇഴ പിരിച്ചെടുക്കുവാൻ കഴിയാത്ത വിധം. റിഷോറിന്റെ പിതാവ് ബേബി ജോൺ താമരവേലി കൂടാരത്തിനു പുറത്ത് കാളിമയാർന്നു കിടന്നിരുന്ന കോടമഞ്ഞിൽ ഇരി പ്പുറപ്പിച്ചു. കല്ലുകൾക്കിടയിലും ചെടികളും പുല്ലുകളും മുറ്റിത്തഴച്ചു വള രുന്ന ആ ജൈവസ്ഥലിയിലേക്ക് ഞാനും ഇറങ്ങിയിരുന്നു. കാർമേഘങ്ങ ളാൽ മൂടിക്കിടന്നിരുന്ന ജബലിനപ്പോൾ ഞാവൽ പഴത്തിന്റെ നിറമായി രുന്നു. മഞ്ഞുതിരുമ്പോലെ മഴ ചാറിക്കൊണ്ടിരുന്നു. നേർത്ത മഴത്തുള്ളി കൾ ബേബിച്ചായന്റെ, തൊപ്പിക്കു പുറത്തേക്കും നീണ്ടുകിടന്നിരുന്ന തല മുടിയിലും കമ്പിളി ഉടുപ്പിന്റെ രോമങ്ങളിലും പറ്റിനിന്നു. ഖരീഫിന്റെ ആഗ മനം മുതൽ ദോഫാർ മലനിരകൾ വികാര വൈവശ്യതയോടെ പച്ച പുതച്ചങ്ങനെ കിടക്കുകയാണ്. ജബൽ ശാന്തവും മനോഹരവുമായിരുന്നു. ഇടയ്ക്കിടെ കാറ്റിൽ ഇളകി പറന്നുപോകുന്ന കോടമാത്രം. മഞ്ഞിന്റെ ശുഭ്രതയിൽ ആകാശമോ താഴ്വാരമോ ഒന്നുമുണ്ടായിരുന്നില്ല. എല്ലാം തിരോഭവിച്ചിരിക്കുന്നു.

അദൃശ്യ സംവേദനത്തെ സൂചിപ്പിച്ചുകൊണ്ട് കാറ്റ് വീശിക്കൊണ്ടി രുന്നു. ഇടയ്ക്കിടെ ആഞ്ഞടിക്കുന്ന കാറ്റിനൊപ്പം മഴയും മഞ്ഞും മാറി മാറി പെയ്തു. ജബലുകളിൽ മേഞ്ഞു നടക്കുന്ന കഴുതകളുടെയോ കാട്ടു മൃഗങ്ങളുടെയോ വിസർജ്ജ്യം അവിടെ ചിതറി കിടന്നിരുന്നു. ചാണക ത്തിന്റെ അസുഖകരമല്ലാത്ത ഗന്ധം പേറിവന്ന കാറ്റ് കുറ്റിച്ചെടികളെ ഉലച്ചു. വൈകി തളിരിടുന്ന ഏതാനും ചില മരങ്ങളൊഴികെ കാടെല്ലാം നറും പച്ചകൊണ്ട് പൊതിഞ്ഞിരുന്നു. സമാർദ്രമായ ഒരു ശമോപാധി പോലെ എവിടെനിന്നോ മഴപ്പക്ഷിയുടെ സ്വരം കേൾക്കുന്നു. മനുഷ്യനെ പ്രകൃതിയുമായി ബന്ധിപ്പിക്കുന്ന ഏതോ പുരാതന സാന്ത്വനം. ജബലിന്റെ നിശ്ശബ്ദതയിൽ ആ വിഹഗരോദനത്തിന്റെ മുഴക്കം ആഴമേറിയതായി രുന്നു. വേഴാമ്പലാണ് കരയുന്നതെന്ന് ബേബിച്ചായനാണ് പറഞ്ഞത്.

മേഘങ്ങൾക്കു നേരെ വായ്പിളർത്തി ജലമർത്ഥിക്കുന്ന വേഴാമ്പൽ. വർഷ മേഘങ്ങളിൽനിന്ന് മഴത്തുള്ളികൾ ഊറ്റിയെടുക്കുന്ന ചാതകപക്ഷികൾ. വേനലിൽ നിശ്ശബ്ദം മരുവിയ സാരംഗങ്ങൾ ചാതകാനന്ദനത്തിൽ ആഹ്ലാദിക്കയാകാം.

എല്ലാ പക്ഷിമൃഗ ജീവികൾക്കും വസിക്കുവാനും അഭിരമിക്കുവാനുമുള്ളതാണല്ലോ ഭൂമിയും പ്രകൃതിയും, പ്രകൃതിക്കുമേൽ മനുഷ്യനു മാത്രമല്ലല്ലോ അവകാശം. അസ്തിത്വാത്മകമായ ആധി മനുഷ്യനെപ്പോലെ മറ്റു ജീവികൾക്കുമുണ്ട്. എന്നാൽ ആർത്തി മനുഷ്യനു മാത്രമേയുള്ളൂ. വിശപ്പടക്കാനും ജീവൻ നിലനിർത്താനും മാത്രമാണ് മൃഗങ്ങൾ ഇരയെ കൊല്ലുന്നത്. അത് പ്രകൃതിയുടെ നൈതികതയാണ്. നഗ്നശരീരത്തിൽ ആസിഡ് വീഴ്ത്തി പിടയുന്നതു കണ്ടുരസിക്കയും തിന്നാനല്ലാതെ ഇരയെ കൊല്ലുകയും ചെയ്യുന്നത് മനുഷ്യൻ മാത്രമാണ്. നിരുപദ്രവങ്ങളായ പ്രാണികളെപ്പോലും നാശനം ചെയ്തുകൊണ്ട് പ്രകൃതിക്കുമേൽ ആധിപത്യം സ്ഥാപിക്കാൻ ശ്രമിക്കുന്ന മനുഷ്യന്റെ അധീശത്വ മനോഭാവം വന്യവും ക്രൂരവുമാണ്. അങ്ങനെയൊരു ചിന്ത ദുരന്തത്തിനേ വഴിവെക്കൂ. പ്രകൃതിയെ നീതിപൂർവ്വമല്ലാതെ ചൂഷണം ചെയ്യുന്ന നടപടിക്കുനേരെ പ്രതിരോധം തീർക്കാൻ പ്രകൃതി തുനിഞ്ഞാൽ തടുക്കുവാൻ ആർക്കാണ് കഴിയുക? ആർത്തി പൂണ്ട മനുഷ്യന്റെ അധീശത്വത്തിലൂന്നിയ വികസന പദ്ധതി വിവേകം നഷ്ടപ്പെട്ട ആധുനികതയുടെ ലക്ഷണമായി കരുതേണ്ടി വരും. സ്വയം നശിക്കുവാൻ പാതാളത്തിലേക്ക് മനുഷ്യൻ വെട്ടുന്ന പാതയായിരിക്കാം വികസനം.

ഉത്തര കേരളത്തിന്റെ തീരപ്രദേശങ്ങളിൽ തീക്കാറ്റിനാൽ കരിഞ്ഞു പോയ വൃക്ഷങ്ങൾ പ്രകൃതിയുടെ ഭീതിദമായ ഒരു ക്രമഭംഗമായി റിപ്പോർട്ട് ചെയ്യപ്പെട്ടിരുന്നു. പക്ഷേ, ഇത്തരം പ്രതിഭാസങ്ങളും കാലാവസ്ഥാ വ്യതിയാനങ്ങളും ആപത് സൂചകങ്ങളെന്നു ഗ്രഹിക്കുവാനുള്ള ഇന്ദ്രിയങ്ങൾ നമുക്ക് മുരടിച്ചിരിക്കുന്നു. മഴയുടെ അളവ് ഗണ്യമായി കുറഞ്ഞതിനാൽ കാറ്റിൽ ഉപ്പിന്റെയും ലവണങ്ങളുടെയും ശതമാനം കൂടിയതാണ് തീക്കാറ്റിനു കാരണമെന്നതിലേറെ പ്രാധാന്യമൊന്നും നല്കിയതായി കണ്ടില്ല. താപ വിസ്ഫോടനമാണെന്നും സമുദ്രത്തിൽ നിന്നുയർന്നു പൊങ്ങുന്ന നീരാവി അന്തരീക്ഷത്തിലെ ചൂടിനാൽ ജലാംശം വറ്റി ചൂടുകാറ്റായി ഭൂമിയിലേക്ക് തിരികെയെത്തുന്ന അപൂർവ്വവും അപകടകരവുമായ പ്രതിഭാസമാണെന്ന് ചില പരിസ്ഥിതി വിദഗ്ദ്ധർ അഭിപ്രായപ്പെട്ടിരുന്നു. അതൊന്നും നമ്മിൽ ഭയമോ ഉദ്വേഗമോ ജനിപ്പിച്ചില്ല.

സർവ്വംസഹയെന്നു കരുതി, ഭീതികളേതുമില്ലാതെ നാം വാണരുളുന്ന ഭൂമി അതിന്റെ ക്ഷുബ്ധമായ പ്രതിരോധങ്ങൾ അനുഭവപ്പെടുത്തി തരാൻ തുടങ്ങിയിരിക്കുന്നു. ഗ്രീഷ്മം പ്രചണ്ഡമാവുകയാണ്. ഭൂമിയെ ഉർവ്വരമാക്കേണ്ട പച്ചയും പാടവും ഇല്ലാതെയാകുന്നു. വൃക്ഷങ്ങളെ സാദ്ധ്യമാക്കേണ്ട മണ്ണ് വികസനഭാരം പേറുന്നു. ആധുനിക സംസ്കാരത്തിന്റെ ഉപഭോഗതൃഷ്ണ ജലസ്രോതസ്സുകളെ വറ്റിച്ചിരിക്കുന്നു.

റിഷോറിന്റെ അമ്മ കൂടാരത്തിനു പുറത്തുവന്ന് ഉച്ചഭക്ഷണം കഴിക്കുന്ന കാര്യം ഓർമ്മിപ്പിച്ചു. കൂടാരത്തിനുള്ളിൽ വിരിച്ചിട്ട പായയിൽ അസ്കിതകളേതുമില്ലാതെ ചുറ്റുമിരുന്ന് ഞങ്ങൾ ഭക്ഷണം കഴിച്ചു. നന്നായി തയ്യാറാക്കിയിരുന്ന രാജസാഹാരം ഏറെ രുചിപ്രദമായിരുന്നു. ഇത്തരം യാത്രാവേളകളെപ്പോലും ഹൃദ്യമായ ആതിഥ്യമാക്കി മാറ്റാൻ ആ കുടുംബം നന്നേ ശ്രദ്ധിച്ചിരുന്നു. സ്വാദിയന്ന ഭക്ഷണത്തിനുശേഷം ഉച്ചയുടെ ആലസ്യങ്ങളേതുമില്ലാതെ ജബലിന്റെ ശുഭ്രതയിലേക്ക് ഞാൻ സ്വയം വഴിഞ്ഞുപോയി.

വർണ്ണങ്ങളുടെ സംഗ്രഹമായ വെണ്മയണിഞ്ഞ് ജബൽ മയങ്ങിക്കിടന്നു. പ്രകൃതി ഗുണങ്ങളിലൊന്നായ സാത്വികതയെയാണ് വെണ്മ പ്രതിനിധീകരിക്കുന്നത്. വെളുപ്പ് ദൈവീകതയുടെ നിറമാണ്. അനന്തമായി വ്യാപിച്ചു കിടക്കുന്ന ജബലിന്റെ ശ്വേതകാന്തി ദൈവീകതയുടെ സാന്നിദ്ധ്യത്തെയാകും ദ്യോതിപ്പിക്കുക. നിസീമമായ ധവള ഭൂമിക്ക് അഭൗമികതയുടെ ദൃശ്യ ധ്വനിയുണ്ടാകണം. ജീവദായകമായ, വെണ്മയുറ്റ ധൂലിക ജബലുകളെ പുണ്യവതിയാക്കിയിരിക്കുന്നു. സൗന്ദര്യമെന്നത് ഉയിരേകാൻ പര്യാപ്തമായ ഉർവ്വരതയാണെന്നു പറഞ്ഞത് കാമ്യുവാണ്. എല്ലാ യുക്തിക്കുമപ്പുറം സുന്ദരിയായ പ്രകൃതിയിവിടെ ജീവിതത്തിന്റെ ചാലക ശക്തിയാവുകയാണ്. സൗന്ദര്യാരാധകരും സർഗ്ഗപ്രതിഭകളുമായവരെ തന്റെ റിപ്പബ്ലിക്കിൽ കാലുകുത്താൻ അനുവദിക്കുകയില്ലെന്നു പ്രഖ്യാപിച്ചത് പ്ലേറ്റോവാണ്. ശ്വേതകാന്തിയിൽ കുളിരണിഞ്ഞു കിടക്കുന്ന ഈ ജൈവസൗന്ദര്യത്തിന്റെ സ്രഷ്ടാവിനെ പുറത്താക്കുവാൻ ആർക്കാണു കഴിയുക? ഈ പ്രകൃതി സൗന്ദര്യത്തിൽ പരാങ്മുഖനായി നില്ക്കുവാൻ ഏതൊരാൾക്കാണ് സാദ്ധ്യമാവുക? പ്രകൃതിയുടെ പാപമാണ് സൗന്ദര്യമെന്നു വിശേഷിപ്പിച്ച റൂസോ പുറംവടിവിലായിരിക്കും സൗന്ദര്യത്തെ കണ്ടത്. ഭൗതിക പ്രത്യയശാസ്ത്രങ്ങൾക്കോ അവയുടെ പ്രണേതാക്കൾക്കോ സത്താപരമായ സൗന്ദര്യം ദർശിക്കാൻ കഴിഞ്ഞില്ലെന്നു വരാം. പ്രജ്ഞാശീലരായ മനുഷ്യരെക്കുറിച്ചു ചിന്തിച്ച കാൾമാർക്സ് പോലും ഭൗതികാധിഷ്ഠിത വിപ്ലവത്തിന് ചോദനയായി തീരാൻ സൗന്ദര്യത്തിനു കഴിയുമെന്ന് അഭിപ്രായപ്പെട്ടിട്ടുണ്ട്.

മനുഷ്യനെ ഈശ്വരോന്മുഖനാക്കുന്നതിൽ പ്രകൃതിക്കുള്ള പങ്കിനെക്കുറിച്ച് ഇനിയും മതങ്ങൾ തിരിച്ചറിഞ്ഞിട്ടില്ല. പ്രകൃതിക്ക് ആദ്ധ്യാത്മിക സത്തയുണ്ടോ എന്നതിനെക്കുറിച്ചും മനുഷ്യനെ ഈശ്വരോന്മുഖനാക്കുന്നതിൽ പ്രകൃതിക്കുള്ള പങ്കിനെക്കുറിച്ചും മതപണ്ഡിതരോ ദൈവശാസ്ത്ര വിദഗ്ദ്ധരോ അന്വേഷണം നടത്തിയിട്ടുണ്ടാകാം. പ്രകൃതിയുടെ വിശുദ്ധി, പ്രത്യേകിച്ച് ധൂസരമായ ശൃംഗങ്ങളും ജബലുകളും മതാത്മകൻ തിരിച്ചറിയാതെ പോകരുത്. 'സിയോൻ പർവ്വതങ്ങളിൽ പൊഴിയുന്ന ഹെർമോൻ തുഷാരം പോലെയാണത്. അവിടെയാണ് കർത്താവ് അനുഗ്രഹവും അനന്തമായ ജീവനും പ്രദാനം ചെയ്യുന്നത്.' ദാവീദിന്റെ സങ്കീർത്തനം അങ്ങനെയാണ്.

മനുഷ്യ ചേതനയെ ഉപഭോഗത്തിന്റെ വലയിൽ കുരുക്കിയിടുന്ന ആഗോള വിപണന നയം ദൈവീകചിന്തയ്ക്ക് ഇടം നല്കാത്തവിധം മനസ്സിനെ മലിനീകരിച്ചിരിക്കുന്നു. ദേവസ്ഥാനങ്ങളും ആരാധനാ സ്ഥാപനങ്ങളും ഈ ദുരന്ത വലയിൽപ്പെട്ടിരിക്കുന്നു. നാണയാധിഷ്ഠിത ആത്മീയത തെഴുത്ത് വളരുകയാണ്. ഭൂമിക്കുമേൽ ആധിപത്യമുറപ്പിച്ച്, അവരവരുടെ ധ്വജങ്ങളിൽ കൊടിക്കൂറകൾ ഉയർത്തി, പരസ്പരം മത്സരിക്കുന്ന മതാധിഷ്ഠിതചിന്ത സർവ്വനാശത്തിന്റെ ബീജങ്ങളാണ്. ഈ പൂർവ്വ പാപത്തിൽനിന്ന് നമുക്ക് മോചനമുണ്ടാകുമോ?

ജൈവ സാകല്യത്തെ ബന്ധിപ്പിച്ചു നിർത്തുന്ന ശക്തിസ്രോതസ്സാകണം മതങ്ങൾ. ഭൂമിയുടെ ജൈവഘടന പാരസ്പര്യത്തിലധിഷ്ഠിതമാണ്. മനുഷ്യൻ അതു കാത്തുസൂക്ഷിക്കേണ്ടതുണ്ട്. പ്രകൃതിയിൽനിന്നും വേറിട്ടല്ല മനുഷ്യരൂപ നിർമ്മിതി. ഈ ഉത്ഭവം പഞ്ചഭൂതങ്ങളുടെ ചേരുവയാൽ മണ്ണിൽ നിന്നുമാണ് എടുക്കപ്പെട്ടിരിക്കുന്നത്.

മദീനത് അൽഹക്കിൽനിന്നും ഐൻഗർഗീസിലേക്കുള്ള നേർത്ത ജബൽ പാത മഞ്ഞിൽ മൂടി കിടന്നിരുന്നു. ഇപ്പോഴും വളരെ കുറച്ചു ദൂരമേ മുന്നോട്ടു കാണാൻ കഴിയുന്നുള്ളൂ. പാതയോടു ചേർന്നു നില്ക്കുന്ന കുറ്റിച്ചെടികൾക്കപ്പുറം ഒന്നും വ്യക്തമല്ല. പൂർണ്ണമായും മഞ്ഞിൽ ആമഗ്നമായി കിടക്കുന്നു. ദോഫാർ മലനിരകൾ മഞ്ഞിൽ വിലയം പ്രാപിച്ചിരിക്കുന്നു. ഐൻഗർസീലിലേക്കുള്ള പ്രധാന പാതയിൽ പ്രവേശിച്ചപ്പോൾ ഉള്ളിലെവിടെയോ രൂപപ്പെട്ട ഭീതി വർദ്ധിച്ചു വരുമ്പോലെ. പാതയുടെ അരികുചേർത്ത് വണ്ടിനിർത്തിയിടുവാൻ ബേബിച്ചായൻ ആവശ്യപ്പെട്ടെങ്കിലും പിന്നിൽ നിന്നു വരുന്ന വാഹനങ്ങൾ വന്നിടിച്ച് അപകടമുണ്ടാകുമെന്നതിനാൽ റിഷോർ അതീവ ശ്രദ്ധയോടെ ഓടിച്ചുകൊണ്ടിരുന്നു. കാറിന്റെ ഡോർ ഗ്ലാസുകൾ താഴ്ത്തിവെച്ചപ്പോൾ പ്രാലേയത്തിന്റെ വിസർപ്പം നിറഞ്ഞ കാറ് ഉള്ളിലേക്ക് അടിച്ചു കയറി. കാറ്റിൽ എന്തൊക്കെയോ നിശ്ശബ്ദ സ്വര വൈചിത്ര്യങ്ങൾ. ആ സ്വരങ്ങൾ പ്രാക്തന അറബ് ഗോത്ര സംസ്കാരത്തിന്റെ പ്രൗഢിയാർന്നവയായിരുന്നു. പാതയുടെ അരികിലുള്ള മഞ്ഞവരകളെ മാത്രം ആശ്രയിച്ച് സാന്ദ്രമായ മഞ്ഞിലൂടെ മെല്ലെ നീങ്ങിയ കാറ് ക്ഷീരസാഗരത്തിലൂടെ തെന്നിനീങ്ങുന്നതു പോലെയോ ആഴ്ന്നുപോകുമ്പോലെയോ തോന്നി. വർദ്ധിച്ചുവന്ന ഹൃദയമിടിപ്പിൽ പോയ കാലത്തിലെ ഒരു യാത്രാനുഭവം ഓർമ്മയിൽ പുനരുജ്ജീവിച്ചു.

2005 ജൂലായ് മാസത്തിലെ ദിനങ്ങളിലൊന്നിൽ ഞങ്ങൾ കേരളത്തിൽ നിന്നും ഗുജറാത്തിലെ ബറോഡയിലേക്ക് റോഡുമാർഗ്ഗം യാത്ര ആരംഭിച്ചു. അത് അവധി കഴിഞ്ഞുള്ള മടക്കയാത്രയായിരുന്നു. സ്വന്തമായി കാറു വാങ്ങിയതിന്റെ ഉത്സാഹത്തിൽ കുടുംബമായി നാട്ടിലേക്കു വന്നത് കാറോടിച്ചായിരുന്നു. തിരികെ നാട്ടിൽ നിന്നു പുറപ്പെടുമ്പോൾ മിഥുന മാസത്തിലെ മഴ കനത്തിരുന്നു. മഹാരാഷ്ട്രയിലെ രത്നഗിരി എത്തിയപ്പോഴേക്കും മഴ കഠിനമായി. രത്നഗിരി ടൗൺ കഴിഞ്ഞ് കൊടിയ വളവുകളും തിരിവുകളുമുള്ള ഗാട്ടിറങ്ങുകയാണ്. മഴ ശക്തിയായി പെയ്യുന്നു

ണ്ടെങ്കിലും മാനം തെളിയുന്നതേയില്ല. കാർമേഘം വ്യാപിച്ച് മൂടിക്കിട ന്നിരുന്നതിനാൽ ഇരുട്ടു പരന്ന പ്രതീതിയായിരുന്നു. തൊട്ടുമുമ്പി ലെന്നോണം വളഞ്ഞു പുളഞ്ഞ് മിന്നലും കാതടിപ്പിക്കുന്ന ഇടിയും. മിന്ന ലിന്റെ കണ്ണഞ്ചുന്ന വെളിച്ചത്തിൽ മലവെള്ളം കുത്തിയൊഴുകുന്ന റോഡ് തെളിയും. തലയ്ക്കുനേരെ മുകളിൽ എന്നതുപോലെ ഇടയ്ക്കിടെ ശക്ത മായി ഇടിവെട്ടുന്നുണ്ടായിരുന്നു. മാർഗ്ഗമദ്ധ്യേ സംഭവിച്ച പ്രതിസന്ധി എല്ലാ കണക്കുകൂട്ടലുകളേയും തെറ്റിച്ചു. പ്രതീക്ഷിക്കാത്ത നിമിഷങ്ങളിൽ എന്തെല്ലാം സംഭവ്യതകളിലേക്കാണ് നാം എടുത്തെറിയപ്പെടുക. അവയെ തരണം ചെയ്തുകിട്ടുക ഈശ്വര കാരുണ്യമാണ്. ഓരോ വേനലവധി ക്കാലത്തും നാട്ടിലേക്കോ തിരിച്ചോ ഉള്ള യാത്രയിൽ എത്ര പ്രവാസി ജീവനുകളാണ് വഴിയിൽ പൊലിയുക.

മിഥുന മാസമായിരുന്നതിനാൽ മഴ പ്രതീക്ഷിച്ചിരുന്നു. എന്നാൽ അതിലുമെത്രയോ അപ്പുറമായാണ് മഴ പെയ്തിറങ്ങുന്നത്. ചരൽ വാരി യെറിയുമ്പോലെ, തുള്ളിക്കൊരു കുടം കണക്കേ കാറിനു മുകളിലേക്ക് മഴ തകർത്തു പെയ്യുകയാണ്. ശക്തമായ മഴയിൽ റോഡ് കാണാൻ കഴി യുന്നില്ല. കാറിന്റെ വൈപ്പർ തെന്നി നീങ്ങുന്ന ഇടവേളകളിൽ മാത്രം തെളി യുന്ന റോഡ്. വണ്ടി പലയിടത്തും നിർത്തിയിട്ടു. അപ്പോഴും പ്രശ്നം തന്നെ. വണ്ടി ഓൺചെയ്ത് എയർ കണ്ടീഷനർ പ്രവർത്തിക്കുമ്പോൾ അവശേഷിക്കുന്ന ഇന്ധനത്തെക്കുറിച്ചുള്ള ആശങ്ക. എത്ര മൈലുകൾ താണ്ടിയാലാവും അടുത്ത പെട്രോൾ പമ്പിൽ എത്തുകയെന്നു നിശ്ചയ മില്ലല്ലോ. ഓഫ് ചെയ്തിട്ടാൽ ഉള്ളിൽ പ്രാണവായു കിട്ടാതെ ശ്വാസം മുട്ടും. ഗ്ലാസ് താഴ്ത്തിയിട്ടാൽ വണ്ടിക്കുള്ളിലേക്ക് മഴ അടിച്ചു കയറുക യാണ്. ഗാട്ടിറങ്ങി കിട്ടിയാൽ ഹൈവേയിലെവിടെയെങ്കിലും ഹോട്ടലു ണ്ടാകും. അവിടെ താല്ക്കാലിക അഭയം കണ്ടെത്താം. ഗാട്ടിൽ ഒരു ചെറിയ കൈതെറ്റു പിണഞ്ഞാൽ! ഓർക്കാൻ കൂടി കഴിയില്ല. വലിയ കൊക്കയിലേക്കാകും പതിക്കുക. കുടുംബത്തിന്റെ സംരക്ഷണ ചുമതല എന്നിലായതിനാൽ ഭയവും ഉൽക്കണ്ഠയും വർദ്ധിച്ചു.

യാത്രയെക്കുറിച്ചുള്ള ആകുലത ഞങ്ങളെ നിരുന്മേഷരാക്കി. പിറ കോട്ടു പോയി എവിടെയെങ്കിലും സുരക്ഷിത സ്ഥലം കണ്ടെത്തിയാലോ യെന്നു ചിന്തിച്ചു. രത്നഗിരി ടൗണിൽ ഹോട്ടൽ സൗകര്യങ്ങളുണ്ടോ എന്നും നിശ്ചയമില്ല. മാത്രമല്ല, പിന്നിലേക്കരുത് എന്നാണല്ലോ പ്രമാണം.

എങ്ങനെയും ഗാട്ടിറങ്ങി കിട്ടിയാൽ യാത്ര തുടരാൻ കഴിഞ്ഞേക്കും. വഴി വളവുകളാണെങ്കിലും ഇടുങ്ങിയതായിരുന്നില്ല. മണ്ണിടിച്ചിൽ പോലുള്ള പ്രതികൂലതകൾ ഉണ്ടാകാതെയിരുന്നാൽ മതിയായിരുന്നു. റോഡ് വീതികൂട്ടിയുള്ള പണികൾ നടന്നുകൊണ്ടിരിക്കയായിരുന്നു. മഴ മൂലം ജോലിക്കാർ റോഡുപേക്ഷിച്ചിരിക്കുന്നു. കാലം തെറ്റിയ കാലത്താ ണല്ലോ നമ്മുടെ നാട്ടിൽ നിർമ്മാണ പ്രവർത്തനങ്ങൾ നടക്കുക. തോരാത്ത മഴയെ നോക്കി ഭയത്തോടെ ഇരിക്കെ ഒരു മിനിലോറി വന്ന് ഞങ്ങളുടെ കാറിനോട് ചേർന്നുനിന്നു. അപകടകരമായ ഞങ്ങളുടെ

അവസ്ഥ മനസ്സിലാക്കിയിട്ടാകും വണ്ടിയിൽനിന്നും ഒരാൾ മഴയിലേക്ക് തലനീട്ടി വിളിച്ചു പറഞ്ഞു: "ആംച മാഗേയാ" മറാഠി വശമില്ലെങ്കിലും രക്ഷപ്പെടാനുള്ള കച്ചിത്തുരുമ്പാണെന്നു മനസ്സിലായി. നിറയെ ഭാരം കയറ്റിയിരുന്ന ആ മിനി ലോറിയുടെ പിന്നാലെ ഞങ്ങൾ യാത്ര തുടർന്നു. ഈ വാഹനത്തിന്റെ പിന്നിൽ മിന്നി കത്തിക്കൊണ്ടിരുന്ന അപകടലൈറ്റിന്റെ നിഴൽ പറ്റി ഞാൻ ശ്രദ്ധയോടെ വണ്ടി ഓടിച്ചു. അവർക്കൊപ്പം മുന്നോട്ടു നീങ്ങാൻ ഏറെ പ്രയത്നിക്കേണ്ടി വന്നു. ഞങ്ങൾ വളരെ പിന്നിലായ പല സന്ദർഭങ്ങളിലും നല്ലവരായ ആ അപരിചിതർ വാഹനം നിർത്തി ഞങ്ങളെ കൂടെ കൂട്ടി. കഷ്ടപ്പാടുകൾക്കൊടുവിൽ ഏറെ വൈകി ഞങ്ങൾ ഗാട്ടിറങ്ങി. ഒരു നല്ല വാക്കുപോലും കേൾക്കാൻ നില്ക്കാതെ ഹൈവേയിലൂടെ അവർ വണ്ടി ഓടിച്ചുപോയി. ഉപചാരപൂർവ്വം, ആ കാട്ടുപാതയിൽ വഴികാട്ടിത്തന്ന അവരെ ഇനി കണ്ടുമുട്ടാനിടയില്ലല്ലോ. അതുകൊണ്ടുതന്നെ ഏറെ കടപ്പെട്ടിരിക്കുന്നു. കൺചിമ്മാതെ കാട്ടുപാത താണ്ടിയ ക്ഷീണവും അതിലേറെ, അനുഭവിച്ച മനോവിഷമവും ഞങ്ങളെ ഏറെ തളർത്തിയിരുന്നു. അന്നത്തെ യാത്ര വസായ്യിൽ അവസാനിപ്പിച്ച് ഒരു ബന്ധു വീട്ടിൽ വിശ്രമിച്ചു. പിറ്റേന്നും മഴപെയ്തുകൊണ്ടിരുന്നു. എങ്കിലും ഉച്ചയ്ക്കു മുമ്പായി ഞങ്ങൾ ബറോഡായിൽ എത്തിച്ചേർന്നു.

തുടർന്നുള്ള ദിവസങ്ങളിലും മഴ പെയ്തുകൊണ്ടേയിരുന്നു. രണ്ടു ദിവസത്തിനുശേഷം നേരം പുലർന്നത് വലിയ നിശ്ശബ്ദതയോടെയാണ്. വാഹനങ്ങളുടെ ഇരമ്പം കേൾക്കുന്നുണ്ടായിരുന്നില്ല. എങ്ങും നിശ്ശബ്ദത. മഴയുടെയും കാറ്റിന്റെയും ശീല്ക്കാരം മാത്രം. പാലും പത്രവും എത്തിയില്ല. റോഡും റെയിൽ പാളങ്ങളും വെള്ളത്തിനടിയിലായി. ഞങ്ങൾ താമസിച്ചിരുന്ന താണ്ടൽജായും മുക്തിനഗറും പൂർണ്ണമായും വെള്ളത്തിലായി. പ്രിൻസിപ്പാളിന്റെ തടസ്സ ന്യായങ്ങളെ വകവെയ്ക്കാതെ ദുരിതബാധിതർക്ക് താല്ക്കാലിക താമസത്തിനായി ബേസിൽ സ്കൂൾ തുറന്നു കൊടുത്തു. നിരാധാരമായ ഒരു പറ്റം മനുഷ്യരെ സ്കൂളിൽ താമസിപ്പിച്ചു. കുടിവെള്ളത്തിനും ആഹാരത്തിനും പ്രയാസം നേരിടേണ്ടിവന്നില്ല. അവർ ഒരുമിച്ച് ഭക്ഷണം പാകം ചെയ്ത് ഭക്ഷിച്ച് ഒരാഴ്ചക്കാലം അവിടെ താമസിച്ചു.

ഇതേ ദിവസങ്ങളിൽ മുംബൈയിലും അതിശക്തമായ മഴയായിരുന്നു. ചിലയിടങ്ങളിൽ അപ്പാർട്ട്മെന്റുകളുടെ രണ്ടാംനിലവരെ വെള്ളത്തിൽ മുങ്ങി. ചേരി നിവാസികളുടെ സ്ഥിതി ദയനീയമായിരുന്നു. ഒരുപാടു വാഹനങ്ങൾ ഒഴുകിപ്പോയി. വെള്ളം കയറി എഞ്ചിൻ നശിച്ചവ വേറെ. എത്രയോ മനുഷ്യരുടെ ജീവിത സമ്പാദ്യം മുഴുവനും വെള്ളത്തിൽ നഷ്ടപ്പെട്ടു. എത്രയോ ജീവനുകൾ വെള്ളത്തിൽ പൊലിഞ്ഞു. സൂറത്തിലും ഒരുപാടു പേർ വെള്ളത്തിൽ ഹതരായി. ഇതൊക്കെ വെച്ചു നോക്കുമ്പോൾ ബറോഡായിൽ സ്ഥിതി ഭേദമായിരുന്നു. നിരാലംബരായ ഒരു കൂട്ടം മനുഷ്യർക്ക് തല്ക്കാലത്തേക്കെങ്കിലും അഭയമായി സ്കൂൾ തുറന്നുകൊടുക്കാൻ കഴിഞ്ഞതിൽ ഇന്ന് സംതൃപ്തി തോന്നുന്നു.

ജബലിറങ്ങിയത് ഞാനറിഞ്ഞതേയില്ല. ഐൻഗർസീസിലെ ഇരുണ്ടു മൂടിയ പരിസ്ഥിതി സമാകർഷകമായിരുന്നു. മൂടൽ മഞ്ഞുണ്ടായിരുന്നില്ല. മൂന്നു വശങ്ങളിലും പ്രൗഢിയോടെ നില്ക്കുന്ന കുന്നിന്റെ നെറുകയിൽ മാത്രമാണ് ഇപ്പോൾ മഞ്ഞുള്ളത്. ഹരിതാഭമായ കുന്നിന്റെ മാറിലൂടെയുള്ള മനോജ്ഞമായ നീരൊഴുക്കാണ് ഇവിടെയുള്ളത്. ജബലിന്റെ നെറുകയിൽ നിന്നു പുറപ്പെടുന്ന നീരുറവ് സ്ഫടിക തുല്യമാണ്. ചെറു പുഞ്ചിരിയോടെ ആ കാട്ടുറവ മുത്തുമണികൾപോലെ ചിതറിതെറിച്ച് ഒഴുകുന്നു. ഇവിടെ ജലത്തിന്റെ വ്യാപ്തി വർദ്ധിക്കാറില്ല. എന്നാൽ എപ്പോഴാണ് മലവെള്ളം മലതുരന്നു വരികയെന്നു പ്രവചിക്കവയ്യ. നീർച്ചോലയുടെ ഇരുവശങ്ങളിലുമായി ഇളകിമറിയുന്ന നിലയിൽ കാട്ടുചെടികൾ നൃത്തം ചെയ്യുന്നു. സന്ദർശകരുടെ സൗകര്യത്തിനായി ബലദിയ നടത്തിയിട്ടുള്ള നിർമ്മാണ പരിഷ്കാരങ്ങൾ ഗർസീസിന്റെ തനതു ചാരുതയ്ക്ക് ഭംഗം വരുത്തിയിരിക്കുന്നു. ജബലിന്റെ ഈ അടിവാരത്തിൽ സൂര്യൻ പ്രത്യക്ഷപ്പെടുക പ്രയാസം. പൊതുവേയുള്ള ഇരുളും നിശ്ശബ്ദതയും സന്ദർശകരുടെ ഉള്ളിൽ ഭീതിയുടെ കരിനിഴൽ വീഴ്ത്താതിരിക്കില്ല. എങ്കിലും ജബലിന്റെ നിശ്ശബ്ദതയിൽ കാട്ടുചോലയുടെ ആരവത്തിൽ എല്ലാ ആകുലതകളും ഒഴിഞ്ഞുപോകുന്നു.

കുന്നിൻ ചെരിവിൽ നിന്നിരുന്ന ഒരു ചെറിയ കാട്ടുമരത്തിന്റെ കൊമ്പിൽ മഴപ്പക്ഷികൾ കൂട്ടത്തോടെ പറന്നുവന്നിരുന്നു. കാട്ടുചോല കുളത്തിന്റെ ശുദ്ധപൂർണ്ണമായ നിശ്ശബ്ദതയ്ക്കുമീതെ അവയുടെ കലപില ശബ്ദം ചിതറിവീണു. നാട്ടിൻപുറത്തെ മഴക്കാലങ്ങളിൽ നിവർത്തിപ്പിടിച്ച ചിറകുകളുമായി മേഘങ്ങൾക്കിടയിലൂടെ തെന്നിപ്പറക്കുന്ന മഴപ്പക്ഷികളെ തെല്ലു ഗൃഹാതുരതയോടെ അപ്പോൾ ഞാനോർത്തു. കുന്നിൻപുറങ്ങളിലെ ഹരിതനിറം ദ്യോതിപ്പിച്ച കാട്ടുചെടികൾ തലയുയർത്തി നില്ക്കാൻ ശ്രമിക്കുമ്പോഴൊക്കെ വീശിയടിച്ച കാറ്റിൽ അവയ്ക്കു മീതെ മഴയുടെ വെള്ളിനൂൽ വർഷിക്കപ്പെട്ടു. നേരിയ കറുപ്പുനിറം തോന്നിപ്പിച്ച, നിറയെ ഇലകളോടുകൂടിയ ഒരു ചെറിയ മരം നീരുറവിന്റെ ഒഴുക്കിലേക്ക് ചാഞ്ഞു നിന്നിരുന്നു. താഴെ മിനുസമാർന്ന വിവിധ വർണ്ണങ്ങളോടുകൂടിയ കല്ലുകൾ ചിതറിക്കിടന്നു. ഐൻഗർസീസിൽനിന്നു ഞങ്ങൾ തിരികെ നടക്കുമ്പോൾ നേരിയ തണുപ്പനുഭവപ്പെട്ടിരുന്നു.

ഐൻഗർസീസിൽനിന്നും ഐൻ റസാത്തിലെത്തുമ്പോഴേക്കും സമയം നാലുമണി കഴിഞ്ഞിരുന്നു. പ്രകൃതിയുടെ പ്രസന്നത സ്പന്ദിച്ചു നിന്നിരുന്ന ജബലിറങ്ങുന്നതിനു മുമ്പേ കഴിച്ച ആഹാരം ദഹിച്ചിരിക്കുന്നു. ഇലന്ത മരച്ചുവട്ടിൽ ഇരിപ്പിടം ക്രമീകരിച്ചയുടനെ, റിഷോറിന്റെ ധർമ്മപത്നിയായ ശാന്തി എല്ലാവർക്കും സുലൈമാനിയും ലഘുഭക്ഷണവും നല്കി. വാസ്തവത്തിൽ അപ്പോൾ മാത്രമാണ് വിശപ്പ് തിരിച്ചറിഞ്ഞത്. ചായകുടി കഴിഞ്ഞ്, താരള്യത്തിന്റെ സാരദ്രവമണിഞ്ഞു കിടന്നിരുന്ന ഐൻ റസാത്തിന്റെ ഭംഗിയിലേക്ക് ഞങ്ങൾ നടന്നു. സന്ദർശകരുടെ സാമാന്യം നല്ല തിരക്കുണ്ടായിരുന്നു. ഐൻ റസാത്തിന്റെ സൗമ്യോദാ

രതയിലേക്കുള്ള മലമ്പാത ഇടുങ്ങിയതായിരുന്നു. മലഞ്ചെരിവിറങ്ങി വരുമ്പോൾ ദീർഘദൂരത്തിൽ വളർന്നു നില്ക്കുന്ന വിവിധയിനം മരങ്ങൾ. മനോഹരമായ പൂന്തോട്ടം പിന്നിടുന്നിടത്ത് വാഹനങ്ങൾ പാർക്ക് ചെയ്യുവാനുള്ളയിടം. അവിടെ നിന്ന് കല്ലുപാകിയ നടപ്പാത ഇറങ്ങിച്ചെല്ലുന്നത് വിസ്തൃതമായ മലയുടെ ചുവട്ടിൽ. ആകാശത്തിനു കീഴെ തുറസ്സായി മൗനം ഘനീഭവിച്ചു കിടക്കുന്ന മലനിര. മലയുടെ ആത്മാവിൽനിന്നും കിനിഞ്ഞിറങ്ങുന്ന നീരുറവ. ജീവന്റെ ശമോപാധിയായി ഉറവെടുക്കുന്ന ജലം നിർമ്മമത്വത്തോടെ ഒഴുകിത്തുടങ്ങുന്നു. അവ ഒരുമിച്ചു ചേർന്ന് ചെറിയ തോടായി ത്വരിതഗതി പ്രാപിക്കുന്നു. കുന്നിന്റെ ഗർഭത്തിൽ സൂക്ഷിക്കപ്പെട്ടിരിക്കുന്ന ജീവജലം പന്ത്രണ്ടു മാസവും അമൃതായി പുണ്യമായി കിനിഞ്ഞിറങ്ങുന്നു. ജബലിനു പാദസരംപോലെ ചെറുതോടായി ഒഴുകുന്നു. ആ നദിയിൽ വിവിധയിനം വർണ്ണമത്സ്യങ്ങൾ നീന്തിത്തുടിക്കുന്നു.

സാധാരണ നദികളിലെ ഓളങ്ങളുടെ ബാഹ്യതല സ്പർശിയായ സംഗീതത്തേക്കാൾ നാദഭരിതമാണ് ഈ ഉറവകളുടെ അന്തഃസ്പന്ദനങ്ങൾ. നദികളിലാണ്ടുപോയ എത്രയോ സംസ്കൃതികളുടെപോലും വിദൂരസംഗീതങ്ങൾ ഈ മലയടിവാരത്തിൽ സ്പന്ദിക്കുന്നുണ്ടാകും. നദികൾ ജീവദായിനിയാണ്. മടക്കയാത്രയില്ലാത്ത, ഓരോ നദിയും സമുദ്രത്തിലാണ് ചെന്നുചേരുക. നദിക്ക് ഒരു ആദ്ധ്യാത്മിക സാരം കൂടിയുണ്ട്. കഴിഞ്ഞ കാലത്തിന്റെ ശോകങ്ങളേതുമില്ലാതെ അതിലാണ്ടുപോയ സംസ്കൃതികളെക്കുറിച്ച് പരിഭവമില്ലാതെ, വരുംകാലത്തെക്കുറിച്ചുള്ള ഉൽക്കണ്ഠയില്ലാതെ അപാര ശാന്തതയോടെ നദി ഒഴുകിക്കൊണ്ടിരിക്കുന്നു.

അടിമദേശത്തുനിന്ന് സ്വാതന്ത്ര്യം പ്രാപിക്കുന്ന ഒരു ജനതയ്ക്ക് സീനായ് മരുഭൂമിയിൽ ദൈവദർശനം സാദ്ധ്യമാകാൻ ചെങ്കടൽ തരണം ചെയ്യേണ്ടിവന്നു. ദീർഘമായ മരുഭൂ സഞ്ചാരത്തിനുശേഷം ദൈവീക വാഗ്ദാനങ്ങളുടെ കനാലിലേക്കു പ്രവേശിക്കുവാനും കരകവിഞ്ഞൊഴുകുന്ന യോർദ്ദാൻ നദി കടക്കണമായിരുന്നു. ചെങ്കടലും യോർദ്ദാൻ നദിയും ദൈവീകതയിലേക്കുള്ള യാത്രയിലെ വിമലീകരണ പ്രതീകങ്ങളായി തീരുന്നു. അലൗകിക സത്ത വഹിക്കുന്ന സ്ഥൂല ശരീരം ജ്ഞാപകശിലകളായി ഭവിക്കുന്നു. പഞ്ചഭൂത ഘടകങ്ങളിലൊന്നായ ജലം മനുഷ്യശരീരത്തിലെ അനിവാര്യമായ സാന്നിദ്ധ്യമാണ്. അസ്തിത്വ ബോധപരമായ അവന്റെ വേദനകൾക്ക് തർപ്പണമായി ഭവിക്കുന്നു. ഒടുവിൽ അവശേഷിക്കുന്ന ഒരുപിടിചാരവും ഏറ്റുവാങ്ങുന്നത് ജലമാണ്. നദിയുടെ ഭാവം സ്വീകാര്യതയാണ്. ഉർവ്വരമായ ജലം ജീവഹേതുകവും സുന്ദരവുമാണ്. മോക്ഷം കാംക്ഷിച്ചെത്തുന്നവൻ നദിക്കരയിൽ നില്ക്കുന്നു. സംസാര സാഗരം കടക്കാതെ മോക്ഷം സാദ്ധ്യമല്ല. ഓരോ നദിയും സമുദ്രത്തിന്റെ ഭാഗമാണ്. സാഗര ലയനത്തിലല്ലാതെ അതിനു വിശ്രമമില്ല. നദി മുക്തമാകുന്നത് അപ്പോൾ മാത്രമാണ്. ആസക്തികളാൽ ചുറ്റിത്തിരിയുന്ന മനുഷ്യനും നദിപോലെ അപൂർണ്ണമാണ്. പൂർണ്ണത ദൈവത്തിലാണ്. പൂർണ്ണ

തയിലെത്തുകയാണ് മനുഷ്യന്റെ ലക്ഷ്യം. ഇതാണ് പുഴയും മനുഷ്യനും തമ്മിലുള്ള അഭേദത്വം. ജീവിതം പ്രവഹിച്ചുകൊണ്ടേയിരിക്കുന്ന നദീ സമാനമാണ്. നദിയുടെ നിമന്ത്രണങ്ങൾ ഒരേസമയം നിർമ്മലവും നിസംഗവുമാണ്, കാരുണ്യവും സുതാര്യവുമാണ്. മനുഷ്യന്റെ ധ്യാനോന്മുഖതയ്ക്ക് അലസഗാമിയായ നദിയെന്നും സഹായകമാണ്.

പുഴക്കരയിൽ ഉരുളൻ കല്ലുകൾ സിമന്റിലുറപ്പിച്ച ഭംഗിയുള്ള നടപ്പാതയിലൂടെ ഞങ്ങൾ നടന്നു. താഴേക്കൊഴുകി ചെല്ലുന്ന നീരുറവിനു കുറുകെ എതിർപാർത്തു നില്ക്കുന്ന കുന്നിലേക്ക് അനായാസമായി നടന്നു കയറുവാൻ നടപ്പാത നിർമ്മിച്ചിരിക്കുന്നു. കല്ലുകളാൽ നിർമ്മിച്ചിരിക്കുന്ന ആ നടപ്പാതയെത്തുന്നത് കുന്നിന്റെ പാർശ്വത്തിലുള്ള ഗുഹാമുഖത്തേക്കാണ്. ഈ ഗുഹ ഒമാന്റെ പൂർവ്വകാല ഭരണാധികാരികളിൽ പലർക്കും സ്വാസ്ഥ്യമേകിയിരുന്നതായി പറയപ്പെടുന്നു. ആ ചെറിയ ഗുഹയ്ക്കുള്ളിലേക്കു കടക്കുമ്പോൾ അറബ് ഗോത്രത്തിന്റെ പൈതൃകം പേറുന്ന ഗന്ധം പ്രസരിക്കുന്നു. വള്ളിപ്പടർപ്പുകളും കുറ്റിച്ചെടികളും പച്ചപ്പുതച്ചുറങ്ങുന്ന കുന്നിന്റെ നെറുകയിലേക്ക് മൂന്നുനാലു ചെറുപ്പക്കാർ കയറിപ്പോയി. കുന്നിൻ ചെരിവിൽ ഹരിത സമൃദ്ധമായ ഇലകളോടെ ഒരു ആര്യവേപ്പ് ദൃശ്യമാകുന്നു.

നീരുറവിന്റെ പാർശ്വത്തിലൂടെയുള്ള നടപ്പാത അവസാനിക്കുന്നിടത്ത് കുറച്ച് ഒമാനി യുവാക്കൾ നിന്ന് പാടുന്നു. ഗിത്താറിന്റെ താളത്തിനൊത്ത് അവരുടെ നനുത്ത ശബ്ദം ആ താഴ്വാരത്തിൽ പ്രതിധ്വനിച്ചു. ബേബി ജോൺ താമരവേലിയും അവരോടൊപ്പം ചേർന്നത് വളരെ പെട്ടെന്നാണ്. നിഷ്കർഷങ്ങളിൽനിന്നും പിൻവാങ്ങിയ പോലെ ഇപ്പോഴവർ ഹിന്ദി പാട്ടു പാടാൻ തുടങ്ങി. പ്രകൃതിയുടെ നിഗൂഢതാളം മനുഷ്യനിലൂടെ സ്പന്ദിക്കുമ്പോലെ അവർ താളത്തിൽ പാടിയെങ്കിലും പ്രകൃതിയുടെ നിശ്ശബ്ദ സംഗീതം കേൾക്കുവാനായിരുന്നു എനിക്കപ്പോൾ ഇഷ്ടം. ആര്യവേപ്പും ഇലന്തയും ഏഴിലംപാലയും ഗുൽമോഹറുമൊക്കെ വളർന്നു നില്ക്കുന്ന, കാട്ടുചോലയുടെ സ്ഥലരാശിയിൽ നിന്നു ഞങ്ങൾ മടങ്ങുമ്പോൾ പകലിന്റെ വെളിച്ചം കുറഞ്ഞുവരികയും തണുപ്പ് അരിച്ചു കയറുകയും ചെയ്തുതുടങ്ങിയിരുന്നു.

ജബൽ സംഹാൻ: മേഘലങ്ങൾ ചുംബിക്കുന്നിടം

ഓരോ ജബലുകൾക്കും അവയുടേതായ സൗന്ദര്യമുണ്ട്. അതിലെ ഔഷധസസ്യങ്ങളുടെയും കുന്തിരിക്ക മരങ്ങളുടെയും വൈവിദ്ധ്യമനുസരിച്ച് അവയുടേതായ ഗന്ധമുണ്ട്. ഒട്ടകങ്ങളും കഴുതകളും മേഞ്ഞുനടക്കുന്നിടമെങ്കിൽ അവയുടെ ചൂരുണ്ടാകും. എന്നാൽ ഖരീഫിൽ മഞ്ഞും മഴയുമണിഞ്ഞു കിടക്കുന്ന കുന്നുകൾക്ക് പ്രാചീനതയുടെ ഗന്ധമാണുള്ളത്. മഴത്തുള്ളിയുടെ സ്പർശമേതുമില്ലാതെ വേനൽ വറുതിയുടെ നീണ്ട നാളുകളിൽ ആണ്ടുകിടക്കുന്ന ജബലുകളാണ് ഖരീഫോടെ വൈചിത്ര്യമിയലുന്ന ശോഭയണിയുന്നത്. വേനൽ നാളുകളിൽ ദുർല്ലഭമായേ ജബലുകളിൽ സന്ദർശകർ വരാറുള്ളൂ. ചെടികളും സസ്യങ്ങളും വരണ്ടുണങ്ങുന്നതിനൊപ്പം സന്ദർശകരും മറക്കുന്നു. ഖരീഫിന്റെ വരവോടെയാണ് വിസ്മൃതിയിലാണ്ടു കിടക്കുന്ന ജബലുകൾ ഉണർന്ന് നവനീത ശോഭയാർജ്ജിക്കുക. ഖരീഫ് കഴിഞ്ഞ് ആകാശം തെളിയുന്നതോടെ പ്രകൃതി മറ്റൊരു അലൗകികകാന്തി കൈവരിക്കും. അപൂർവ്വ പുഷ്പങ്ങളുടെ ഗരിമയാൽ വസന്തസ്പർശ പരിലാളനയിലങ്ങനെ കിടക്കും. ഖരീഫ് കാലത്ത് ചിലയിടങ്ങളിൽ ആപല്ക്കാരികളായ വളരെ ചെറിയ ഒരിനം ഈച്ചകളുണ്ടാകുമെന്നതൊഴിച്ചാൽ പ്രകൃതിയും മനുഷ്യനും പൂർണ്ണ സഹവർത്തിത്വത്തിലാണ്. ജബലുകളുമായി പ്രത്യേക സമ്പർക്കത്തിൽ കഴിയുന്ന, ജബലികളെന്നു പൊതുവെ അറിയപ്പെടുന്ന ഒമാനികളുടെ മുഖത്ത് അതിന്റെ പ്രസന്നത നമുക്ക് കാണാൻ കഴിയും. പ്രകൃതി മനുഷ്യന്റെ ഹന്താവാകുന്നത് ഇവിടെ ചിന്തിക്കവയ്യ. പ്രകൃതിയും മനുഷ്യനും തമ്മിലുള്ള ഈ സ്വരലയം ഋതുഭേദങ്ങൾക്കൊപ്പം താളനിബദ്ധമാണ്.

ശൈത്യമാസം ആരംഭിച്ചിരുന്നില്ല. ഖരീഫ് കഴിഞ്ഞ് പ്രകൃതി പ്രശാന്തസുന്ദരമായിരുന്ന നാളുകളിലൊന്നിലായിരുന്നു ഞങ്ങൾ അവിടെ ചെല്ലു

ന്നത്. ജിനു തോമസും ബിനു എ ബേബിയും ടിനു ജോണും വി കെ റജിയുമടങ്ങുന്ന സംഘം അവിടെയെത്തുമ്പോൾ ഉഷസ്സ് വിരിഞ്ഞു തുടങ്ങുന്നതേയുള്ളൂ. അൽവോശ്മാൻ മരുഭൂമിയിലേയും ഹാസിക് സമുദ്രതീരത്തേയും ഉദയശോഭയിൽനിന്നും വ്യത്യസ്തമായിരുന്നു ഇവിടെ അരുണശോഭ. ഭൂമിയുടെ തന്നെ ആവിർഭാവ മുഹൂർത്തമെന്നു തോന്നിക്കുന്ന നിമിഷം. പൂർവ്വദിക്കിൽ, ഭൂതലത്തെ മുഴുവൻ ജാഗ്രത്താക്കാൻ പോന്ന ചെഞ്ചോപ്പ്. അനന്തതയിൽ നിന്നെന്നോണം സമുദ്രാന്തരങ്ങളിൽ നിന്നുയർന്നു പൊന്തുന്ന അർക്കബിംബം. പക്ഷികളുടെ കൂജനങ്ങളും അർത്ഥനകളും ജീവന്റെ പരമമായ ആവാസസ്ഥലിയെ വിളിച്ചുണർത്തുന്നു. ആകാശത്തോടെ സംവദിക്കാൻ ഉയർന്നുനില്ക്കുന്ന പ്രാചീനശിലാ സഞ്ചയങ്ങളെ സംവഹിച്ചിരിക്കുന്ന ശൈലശ്രേണി. ഹരിത സമൃദ്ധി ദ്യോതിക്കുന്ന ജബലിനു മീതെ മഞ്ഞും ജലദങ്ങളും സമൃക്കായി സമ്മേളിച്ചിരിക്കുന്ന വശ്യതയാർന്ന ഈ ശൈലശീർഷത്തെ നാം ജബൽ സംഹാനെന്നു വിളിക്കുന്നു.

ഉദയശോഭ സാധാരണയിലും വശ്യതരമായിരുന്നു. ഹിമധൂളികളിലൂടെ അരിച്ചെത്തിയ പ്രകാശരേണുക്കൾ പുൽനാമ്പുകളിലെ ജലബിന്ദുക്കളിൽ വീണ് കൂടുതൽ പ്രകാശിച്ചു. പഞ്ചഭൂതങ്ങളുടെ പ്രതിപ്രവർത്തനം പോലെ പൊഴിഞ്ഞിരുന്ന മഞ്ഞുതുള്ളികൾ പുൽനാമ്പുകളിൽ പറ്റിപ്പിടിച്ചിരുന്നു. ധൂലികാശ്ലേഷത്താൽ മൃദുതരമായിരുന്ന ജബൽ മെല്ലെ ജീവനാർന്നു. ഔഷധച്ചെടികൾ ധാരാളമുള്ള ജബലിന്റെ അപൂർവ്വഗന്ധം സ്വയം വിസ്മരിക്കുവാൻ നമ്മെ പ്രേരിപ്പിക്കുന്നു. ഭൂമിയുടെ ജൈവഗന്ധത്തിൽ നിന്നകന്നു കൊണ്ടിരിക്കുന്ന മനുഷ്യൻ സുഗന്ധിയായ തിരിച്ചറിവു നല്കാൻ ഇത് സഹായിച്ചേക്കും.

ജബൽ സംഹാനിലെ പുലരിയിൽ തളിരിടുന്ന ലാവണ്യ തുടിപ്പുകൾ വിഷയ വാസനകളെ ത്വരിപ്പിക്കാൻ പോന്നവയാകാം. എന്നാൽ എന്നിൽ ആ മുഗ്ദ്ധത ആദ്ധ്യാത്മിക ചേതനയെ ഉണർത്താൻ പോരുന്നതായി അനുഭവപ്പെട്ടു. ജീവശക്തിയുടെ സരിത്തായ ജബൽ സംഹാൻ, സാത്വികനായ ഒരു ഗുരുവിനെപ്പോലെ സമാധിസ്ഥമായി നിലകൊണ്ടു. എങ്ങും സനാതനമായ ശാന്തി നിറഞ്ഞുനിന്നു. ദൈവം മേഘങ്ങളിൽ സന്നിഹിതമാവുന്ന അനൈഹിക വാഴ്വിനായി ആദിമ പിതാക്കന്മാർ മലകളെ അഭയം പ്രാപിച്ചിരുന്നത് ഈ സനാതനത്വം കൊണ്ടായിരുന്നിരിക്കാം. സാഗര തിരകളോട് ആഭിമുഖ്യമുള്ളവർ അശാന്തമനസ്കരും ഗിരിശൃംഗങ്ങളുടെ പ്രണേതാക്കൾ ശാന്തമനസ്കരുമായി ആധുനിക മനശാസ്ത്രവും കരുതുന്നുണ്ടല്ലോ. വേദഗ്രന്ഥങ്ങളുടെ ഉല്ലേഖനങ്ങളിൽ കുന്നുകളേയും മലകളേയും 'ദൈവത്തിന്റെ പർവ്വത'മെന്ന് പൊതുവേ വിശേഷിപ്പിച്ചിരിക്കുന്നത് പ്രസാദപൂർണ്ണമായ അനൈഹിക സ്വസ്തി ഇഴചേർന്നിരിക്കുന്നതിനാലാകാം.

ഖരീഫിനു ശേഷമുള്ള കാലമായിരുന്നതിനാൽ സന്ദർശകരുണ്ടായിരുന്നില്ല. എങ്ങും മഞ്ഞും വിജനതയും വ്യാപിച്ചുകിടന്നിരുന്നു. മലഞ്ചെ

രിവുകളിലെ കല്ലുകൾ ബാലാർക്കന്റെ രശ്മികൾ തട്ടി പ്രകാശിച്ചു. ജബലിന്റെ പ്രശാന്തിയിൽ അനാസക്തിയാണുള്ളത്. ജീവനും പഞ്ചഭൂതങ്ങളുമായുള്ള ആരോഗ്യപരമായ ചാർച്ചയാണ് ജബലുകളിൽ അനുഭവപ്പെടുക. എന്നാൽ കന്മഷം കലർത്തുവാനെന്നോണം കുറച്ചകലെയായി ഏതോ ടെലിഫോൺ കമ്പനി ടവർ സ്ഥാപിച്ചിരിക്കുന്നത് കാണാം. പ്രജ്ഞയിൽ കന്മഷം കലരുന്നതാണല്ലോ രോഗം. മനുഷ്യ മനസ്സിൽ കാണാപ്പാടുകൾ സൃഷ്ടിക്കപ്പെടുമ്പോലെ പ്രകൃതിയുടെ ആന്തരിക സന്തുലനത്തെ തകർത്ത് രോഗാതുരമാക്കുന്ന ടവറുകൾ. വിനാശകാരികളായ അദൃശ്യ തരംഗങ്ങൾ പേറുന്ന ദുരന്ത സ്തൂപങ്ങൾ. ജീവജാലങ്ങളെ ചൂഴ്ന്നു നില്ക്കുന്ന മരണത്തിന്റെ ഗോപുരങ്ങൾ. മരുഭൂകാടുകൾ വളർന്നുനില്ക്കുന്ന വിജനതയിലൂടെ ഞങ്ങൾ നടന്ന് ടവറിനേയും പിന്നിട്ട് കുറച്ചുകൂടി മുമ്പോട്ടു ചെന്നു. നടത്ത അവിടെ അവസാനിക്കയാണ്. ഏതോ കാലങ്ങൾക്കുമുമ്പ് പ്രകൃതിക്ഷോഭത്താൽ എന്നപോലെ മലകുത്തനെ തകർക്കപ്പെട്ടിരിക്കുന്നു; നോക്കെത്താത്ത ആഴത്തിലേക്ക്. അവിടെ നിന്നു നോക്കിയാൽ അഗാധത്തിനകലെ സമുദ്രത്തിന്റെ നീലിമ മാത്രം. ആകാശ ചക്രവാളങ്ങളോളം. ജബലിന്റെ ചെങ്കുത്തുകളിൽ മഞ്ഞ് വ്യാപിച്ചു കിടന്നിരുന്നു. പ്രാചീനതയുടെ അടയാളങ്ങൾ പേറുന്ന കല്ലുകളിലൊന്നിൽ ആ പ്രഭാതത്തെ സാക്ഷിയാക്കി ഞങ്ങൾ ഇരുന്നു.

ഗിരിശൃംഗത്തിൽ, ആഴങ്ങളിലേക്ക് വായ് പിളർന്നമരുന്ന ഗുഹാമുഖത്തേക്ക് ഞങ്ങൾ കുറച്ചു സമയത്തിനുശേഷം തിരികെയെത്തി. ജബലിന്റെ വാസഗൃഹങ്ങളാണ് ഗുഹകൾ. എന്നാൽ ഇവിടെ ഗുഹ മലയുടെ ആത്മാവിലേക്ക് നീളുന്ന ഒന്നല്ല. ഗുഹമുഖത്തിനു സമാനമായ ഒരിടം മാത്രമാ

ജബൽ സംഹാനിൽ

ണുള്ളത്. എങ്കിലും അതിനുള്ളിലെ സ്വച്ഛന്ദത വാഗതീതമാണ്. ഗുഹാ മുഖത്ത് നിർമ്മിച്ചിരിക്കുന്ന സംരക്ഷണ വേലിക്കരികെ നിന്ന് താഴേക്ക് ചെങ്കുത്തായ അഗാധതയാണ്. ബഹിരാകാശത്തു പകർത്തിയ ചിത്രം പോലെ അഗാധതയിൽ താഴ്‌വാരം അവ്യക്തമായി കാണാം. താഴ്‌വാരത്തിനപ്പുറം ചക്രവാളത്തോളം നീളുന്ന സാഗരം തന്നെ.

അവിടെ നില്ക്കുമ്പോൾ ഏറ്റം ഉയർന്ന സ്ഥലത്തേക്ക് പെട്ടെന്ന് മാറിയതുപോലെ അനുഭവപ്പെട്ടു. വർത്തമാനത്തിന്റെ ദൈന്യതകളിൽനിന്ന്, ബാഹ്യങ്ങളിൽനിന്ന് മോചിതമാകുന്നതുപോലെ സ്വാതന്ത്ര്യം അനുഭവപ്പെടുന്നു. പെട്ടെന്ന് ഗാഢമായി ശ്വസിച്ചു. ജബൽ സംഹാനിലെ തണുത്ത വായു മഞ്ഞിനൊപ്പം ശ്വാസകോശത്തിലേക്ക് കയറി. ശ്വസനം കേന്ദ്രത്തെ സ്പർശിച്ചിരിക്കുന്നു. നിമിഷനേരത്തേക്ക് എന്തോ ഒരു പൂർണ്ണത അനുഭവപ്പെട്ടതുപോലെ. എല്ലാ ഭയങ്ങളും വിട്ടൊഴിഞ്ഞ് എല്ലാ നിയന്ത്രണങ്ങളും ഭേദിച്ച് ഞങ്ങൾ ആർത്തു ചിരിച്ചു. വേവലാതികളൊന്നുമില്ലാതെ ആനന്ദാതിരേകത്താൽ നൃത്തം വെക്കാൻ തുടങ്ങി. അരുതെന്നു പറയാൻ സദാചാര വാദികളോ കപട ഭക്തരോ അവിടെ ഉണ്ടായിരുന്നില്ലല്ലോ. അതിരുകളില്ലാതെ കിടക്കുന്ന ആകാശത്തിനു കീഴെ ആനന്ദത്തിന്റെ അണപൊട്ടിയൊഴുകി. ന്യായാന്യായങ്ങളുടെ സന്തതിയല്ല സത്യം മറിച്ച് ഞങ്ങളപ്പോൾ അനുഭവിച്ച ആനന്ദമായിരുന്നു സത്യം. അവിടവിടെയായി മഞ്ഞ് വ്യാപിച്ചുകിടന്നിരുന്നു. ആകാശത്തിന്റെ വിശാലതയോടു സംവദിക്കാനായി മരുവുന്ന ജബലിനു മുകളിൽ കൈയെത്തിപ്പിടിക്കാവുന്ന ദൂരത്തിൽ വെൺമേഘങ്ങൾ അപ്പോഴും മഞ്ഞുമായി കലർന്ന് കിടന്നിരുന്നു.

ഞങ്ങളുടെ യാത്ര മടക്കത്തിനുള്ളതായിരുന്നതിനാൽ താവിയത്തീർ ടൈകേവ് സന്ദർശിച്ചാകാം എന്നു തീരുമാനിച്ചു. ഖരീഫ് സ്റ്റാനം കഴിഞ്ഞ് അലസമായി കിടന്നിരുന്ന ജബൽ വഴിയിലൂടെ മടക്കയാത്ര. ദൂരത്തിന്റെ ചൂണ്ടുപലകകളെ ഭേദിച്ച് ജബൽ നീണ്ടു കിടന്നിരുന്നു. വിശാലമായ കുന്നിൻ പരപ്പുകളിൽ ഒട്ടകങ്ങളും പശുക്കളും മേഞ്ഞു നടന്നിരുന്നു. കറുപ്പിൽ വെള്ള പുള്ളികളണിഞ്ഞ് ഒരേ നിറത്തിലുള്ള ഗോക്കൾ മേഞ്ഞു നടക്കുന്ന മനോഹരദൃശ്യം ആകർഷകമായി തോന്നി. താവിയത്തീർ നന്നേ ആൾതാമസമുള്ളയിടമാണ്. പ്രധാന വഴിയിൽനിന്നും വലത്തോട്ടു തിരിഞ്ഞ് ഉപേക്ഷിക്കപ്പെട്ടതുപോലെ കിടന്നിരുന്ന വഴി അവസാനിക്കുന്നത് ടൈകേവിലാണ്. ചങ്ങലം പിരണ്ടയെന്ന ഔഷധച്ചെടി സമൃദ്ധിയായി വളർന്നു കിടക്കുന്ന കുന്നിൻ മുകളിലെ, ആകൃതി നഷ്ടപ്പെട്ട് വൈചിത്ര്യങ്ങളായി തോന്നിക്കുന്ന കല്ലുകളിലൂടെ നടന്ന് ഗുഹയ്ക്കരികിലെത്തി. ഭൂമിയുടെ ക്രമ ഭംഗിയിൽ എന്തോ പിഴവ് സംഭവിച്ചതുപോലെ ഒരു ഗർത്തം; ആഴ്ന്നുപോയ മണ്ണിന്റെ ശൂന്യത. അത്രേയുള്ളു ഗുഹ. ഉല്ക്ക പതിച്ചുണ്ടായതെന്ന് കാരണം തേടുന്ന ഇത്തിരി വലിയ ഒരു ഗർത്തം. ഭൂമി താണുപോയതുപോലെ തോന്നിക്കുന്ന ആ ഗർത്തത്തിന്റെ വശങ്ങളിൽ മണ്ണിടിച്ചിലുണ്ടായതിന്റെ ദൃശ്യങ്ങൾ കാണാം. ജബൽ വൃക്ഷങ്ങളും കുറ്റിച്ചെടികളും അവിടവിടെയായി വളർന്നു നില്ക്കുന്നു. കുന്നിന്റെ ശിഖ

രങ്ങളിൽ അടർന്നു വീഴാൻ ഭാവിച്ചെന്നോണം ജീർണ്ണിച്ച പാറക്കൂട്ടങ്ങൾ. വിവിധതരത്തിലുള്ള, ചൈതന്യം സ്പന്ദിക്കുന്ന കല്ലുകൾ ചവിട്ടി വേണം നടക്കുവാൻ. കല്ലുകളിൽ കോറിയിട്ടിരിക്കുന്ന പ്രകൃതിയുടെ ചിത്രാക്ഷരികൾ ഗൂഢമാണ്. സാകല്യദർശന മിഴികളുള്ളവർക്കേ അതു വായിച്ചെടുക്കുവാൻ കഴിയുകയുള്ളു. പ്രകൃതിയുടെ ആദിമത്വമായ, വർണ്ണങ്ങളും വൈപുല്യങ്ങളുമുള്ള കല്ലുകൾ ഒമാന്റെ പ്രത്യേകിച്ച് ദോഫാറിന്റെ പ്രത്യേകതയാണ്. ജബലികളായ യുവാക്കൾ കുന്നിൻ പുറങ്ങളിൽ ആടുകളെ മേയ്ക്കുന്നുണ്ടായിരുന്നു. ആടുകളെ ആക്രമിക്കുന്ന ചെന്നായ്ക്കൾ അവിടെയുള്ളതായി ആരോ പറഞ്ഞു. ശരിയായിരിക്കാം. കാലുഷ്യമേതുമില്ലാതെ കിടക്കുന്ന ജബലുകൾക്ക് പറയുവാനെന്തെല്ലാം കഥകളുണ്ടാകും. ആക്രമണ പ്രത്യാക്രമണങ്ങളുടെ ചരിത്രങ്ങളുണ്ടാകും. എത്രയോ കണ്ണുനീരിന്റെ അവക്ഷിപ്തങ്ങൾ ജബലുകളിൽ ലയിച്ചു കിടപ്പുണ്ടാകും. ഇടയന്റെ ആസ്പദമില്ലാതെ, കൂട്ടം പിരിഞ്ഞുപോയ എത്രയോ അജകങ്ങൾ ചെന്നായ്ക്കളാൽ പിച്ചിചീന്തിപ്പെട്ടിട്ടുണ്ടാകും. കാമനകളെ ഉണർത്തുന്ന മൃദുവായ കാറ്റ് ജബലിനു മീതെ വീശി. ഏതോ പൂവിന്റെ ഉൾവിളി കേട്ടിട്ടെന്നോണം ചിത്രശലഭങ്ങൾ കാറ്റിൽ പാറി നടന്നിരുന്നു.

ജബൽ സംഹാനിൽനിന്നും അഞ്ചോ ആറോ കിലോമീറ്റർ മാറി സ്ഥിതിചെയ്യുന്ന, നൈസർഗ്ഗികത മുറ്റിനില്ക്കുന്ന ഏറ്റം സ്വാസ്ഥ്യപ്രദമായൊരിടമാണ് വാദി ദർബാത്ത്. നാലുവശവും സംഹാൻ മലനിര ചൂഴ്ന്നു നില്ക്കുന്ന ഈ താഴ്വാരം മൗനത്തിന്റെ ഗാഢതയത്രയും അനുഭവപ്പെടുത്തിതരുന്നു. ഒട്ടകങ്ങൾ കയറാതിരിക്കുന്നതിനുള്ള വേലികൾ ഇരുവശങ്ങളിലും നിർമ്മിച്ചിട്ടുള്ള റോഡിലൂടെ ഏറെനേരം സഞ്ചരിച്ചാണ് അവിടെയെത്തിയത്. പ്രധാന റോഡിൽനിന്നും വലത്തോട്ടു തിരിഞ്ഞ് മലഞ്ചെരിവിലൂടെ ഇറങ്ങുന്നിടം മുതൽ തന്നെ നിബിഢമായ കാടാണ്. വനമെന്നു വിശേഷിപ്പിക്കാവുന്ന വിധം മലകളും താഴ്വാരങ്ങളും വൃക്ഷലതാദികളാൽ അഗാധവും ഇരുണ്ടതുമാണ്. ആ വഴിയിലൂടെ ഏറെനേരം സഞ്ചരിക്കുമ്പോൾ വെള്ളം കെട്ടിക്കിടക്കുന്ന വാദിയുടെ തുറസ്സായ തീരത്തെത്തുന്നു. സന്ദർശകരുടെ വാഹനങ്ങൾ പാർക്ക് ചെയ്യുന്നതിനുള്ള സൗകര്യവും അതിനോടുചേർന്ന് പ്രാഥമികാവശ്യങ്ങൾക്കുള്ള ശൗച്യാലയവും വൃത്തിയായി സൂക്ഷിച്ചിരിക്കുന്നു. തുറസ്സായ സ്ഥലത്തുനിന്നു നോക്കിയാൽ മല മടക്കിലൂടെ ഒഴുകിവരുന്ന വാദിയുടെ ഉത്ഭവസ്ഥാനം ദൂരെയായി കാണാം. മലകളുടെ ആത്മാവിൽ നിന്നുറവെടുക്കുന്ന വെള്ളം ഉറവെടുത്ത് നദിയായി ഒഴുകുന്ന കാഴ്ച ഹൃദയഹാരിയാണ്. ഓരോ വാദിയുടെയും ലക്ഷ്യം സമുദ്രമാണ്. അവിടെയെത്തുവോളമേ വാദികളുള്ളു. ഒരിക്കൽ സാഗരമണഞ്ഞാൽ അവയുടെ സത്ത സമുദ്രമായി മാറുന്നു. ദർബാത്തെന്ന വാദിയും ഒഴുകികൊണ്ടേയിരുന്നു. വൃഷ്ടി പ്രദേശങ്ങളായ ജബലുകൾ ഫലഭൂയിഷ്ഠമാണ്. വളർന്നു നില്ക്കുന്ന വൃക്ഷങ്ങളും ചെടികളും അത് പ്രതിഫലിപ്പിക്കുന്നു. വനസമാനമായ കാടുമൂടിയ ആ ഗിരിനിരകൾ വേനലിലും ഹരിത കഞ്ചുകമണിഞ്ഞിരിക്കും. മറ്റു ജബലുകളെ

പ്പോലെ കരിഞ്ഞുണങ്ങാറില്ല. ഖരീഫ് കാലത്ത് ഇരുകരകളേയും സ്പർശിച്ച് തകർത്തൊഴുകുന്ന വാദിയുടെ ജൃംഭണം രാജസപ്രൗഢിയാർജ്ജിക്കുന്നു. കാടിന്റെ നിശ്ശബ്ദതയിലൂടെ അഭിഗമ്യ ഭാവത്തോടെ വാദി ഒഴുകുന്നു. ഖരീഫിൽ സന്ദർശകരുടെ ബാഹുല്യം സ്വാഭാവിക നിശ്ശബ്ദത ഭഞ്ജിക്കപ്പെടുന്നു. വാദിയിൽ ബോട്ടുസവാരി ഒരുക്കിയിരിക്കുന്നത് ദർബാത്തിന്റെ സൗമ്യഭാവത്തിന് തീരെ യോജിക്കുന്നതല്ല. ഔഷധച്ചെടികളും ബ്രഹ്മിയും ധാരാളമുള്ള ജബൽ മഞ്ഞു മൂടിക്കിടക്കുമ്പോൾ ആദിമമായ ഒരു സ്ഥായിഭാവമാണുള്ളത്.

വാദിയുടെ സമീപത്തായി നിഷ്കാമ ജീവിതത്തിന്റെ പ്രത്യക്ഷം പോലെ മഹസാർന്നു നിന്നിരുന്ന ഭൂരുഹത്തിന്റെ ചുവട്ടിൽ ഞങ്ങളിരുന്നു. നൂറ്റാണ്ടുകളുടെ പ്രായം തോന്നുന്ന ആ വൃക്ഷച്ചുവട്ടിലിരുന്ന് ഉദരത്തെ ഭോജ്യം കൊണ്ട് ഞങ്ങൾ തൃപ്തിപ്പെടുത്തി. വിഷലിപ്തമായ രശ്മികളെ തടയാൻ കെല്പുള്ള തിന്ത്രിണി വൃക്ഷ ഇലകളുടെ നിമന്ത്രണം കേട്ട് കുറച്ചുനേരം അവിടെ വിശ്രമിച്ചു. എത്രയോ ജീവജാലങ്ങളെ പരിപോഷിപ്പിക്കാനായി വളർന്നു നില്ക്കുന്ന മഹാവൃക്ഷത്തോട് ആദരവു തോന്നി. പാരിസ്ഥിതിക ജീവനാധാരമായ വൃക്ഷങ്ങളോട് എന്നും എനിക്കാദരവാണ്. മുമ്പൊരിക്കൽ വീടു നിർമ്മിക്കുന്നതിന് മരം മുറിക്കേണ്ടി വന്നപ്പോൾ എന്റെ സ്നേഹിതൻ തിരുവിഴ വാസുദേവൻ ആചാരിയുടെ നിർദ്ദേശപ്രകാരം വൃക്ഷസത്തയോടും വൃക്ഷത്തിലാവസിക്കുന്ന ജീവികളോടും സമാദരം അർത്ഥന കഴിച്ചത് ഓർമ്മയിൽ തെളിഞ്ഞു. ഈ പ്രപഞ്ചത്തിനൊരു മനസ്സുണ്ടെന്നു പറഞ്ഞ റോമൻ ചക്രവർത്തിയെ മനസ്സാസ്മരിച്ചുകൊണ്ട് സലാലയുടെ ശ്വാസഗതിയെ നിയന്ത്രിക്കുന്ന കാടിനോടും വാദിയോടും ഞങ്ങൾ വിടപറഞ്ഞു. അപ്പോൾ പടിഞ്ഞാറേക്കു ചായുന്ന സൂര്യൻ താഴ്വാരത്തിൽ മലകളുടെ നിഴൽ വീഴ്ത്തി തുടങ്ങിയിരുന്നു.

അന്നു വൈകിട്ട്, സലാലയിലുള്ള ഐ എം ഐ ഹാളിലേക്ക് ഞാൻ പോയി. എന്റെ സ്നേഹിതരായ ഫാ. അജി സാമുവേലും ഫാ. സൈജു സാമും ഫാ. തോമസ് എബ്രഹാമും എന്നോടൊപ്പമുണ്ടായിരുന്നു. ജമാഅത്തെ ഇസ്ലാമിഹിന്ദ് സംഘടിപ്പിക്കുന്ന സമാധാനം മാനവിതാ കാമ്പയിന്റെ ഭാഗമായുള്ള സമ്മേളനം ഉദ്ഘാടനം ചെയ്യുവാൻ ഞാൻ ക്ഷണിക്കപ്പെട്ടിരുന്നു. സലാലയിലെ വിവിധയിടങ്ങളിൽ ജോലി ചെയ്യുന്ന മലയാളികളായ മുസ്ലിം ചെറുപ്പക്കാരുടെ സംഘടനയാണ് ഐ എം ഐ. ഇന്ത്യാ രാജ്യത്ത് വർദ്ധിച്ചുവരുന്ന അസഹിഷ്ണുതകളെക്കുറിച്ചും വർഗ്ഗീയ ഫാസിസ്റ്റ് ശക്തികളുടെ കടന്നുകയറ്റത്തെക്കുറിച്ചും ഭീകരവാദ പ്രവർത്തനങ്ങളെക്കുറിച്ചുമൊക്കെ ചിന്തിക്കുകയും അവയ്ക്കെതിരെ പ്രതികരിക്കുകയും ചെയ്യുന്ന ഒരു പറ്റം യുവാക്കളായിരുന്നു ആ സംഘടനയുടെ അംഗങ്ങൾ. ജോലി കഴിഞ്ഞുള്ള എല്ലാ വൈകുന്നേരങ്ങളിലും അവർ ഒത്തുചേരുകയും സംവാദങ്ങളിലേർപ്പെടുകയും കാമ്പയിനുകൾക്ക് രൂപംകൊടുക്കുകയും ചെയ്തിരുന്നു. മുമ്പും പല ചർച്ചകളിലും അവർ

എന്നെ ക്ഷണിക്കുകയും പ്രസംഗിപ്പിക്കുകയും ചെയ്തിരുന്നു. അത്തരത്തിലുള്ള ഒരു പ്രവാസി സംഗമം ഉദ്ഘാടനം ചെയ്ത് സമാധാനം, മാനവികത എന്ന മുദ്രാവാക്യത്തെക്കുറിച്ച് പ്രസംഗിക്കുവാനാണ് അന്ന് എന്നെ ക്ഷണിച്ചിരുന്നത്.

മൗതീകതയിൽനിന്നോ ദൈവീകതയിൽനിന്നോ വിഭിന്നമായ ഒരു അർത്ഥതലത്തിലാണ് മാനവികത എന്ന ചിന്തയെ വിവക്ഷിച്ചിരുന്നതെങ്കിലും എല്ലാ മതങ്ങളും വിലമതിക്കുകയും ലക്ഷ്യംവെക്കുകയും ചെയ്യുന്നത് മനുഷ്യനെയാണ്. പ്രവാചകനായ മോശയുടെ *ഉല്പത്തി* പുസ്തകത്തിലെ സൃഷ്ടി വിവരണത്തിൽ സൃഷ്ടിയുടെ മകുടം മനുഷ്യനാണ്. മറ്റുള്ള എല്ലാ ജീവികളും മനുഷ്യന്റെ മുമ്പിൽ വന്നു. മനുഷ്യൻ അവയ്ക്ക് നാമകരണം ചെയ്തു. അവൻ പേരിട്ടതൊക്കെ അവയ്ക്കു പേരായി. എന്നാൽ ആധുനിക മൂലധന സംസ്കാരത്തിൽ മനുഷ്യൻ വെറും ഉപഭോക്താവായി തരംതാഴ്ത്തപ്പെട്ടു. മൂലധന സംസ്കാരത്തിൽ മനുഷ്യനെ മാനിക്കുന്നതിനുള്ള മാനദണ്ഡം സമ്പത്തായി. വാങ്ങുന്നതിനുള്ള കഴിവിന്റെ അടിസ്ഥാനത്തിൽ മനുഷ്യനു വിലമതിക്കുന്ന രീതി നിലവിൽ വന്നു കഴിഞ്ഞിരിക്കുന്ന ചരിത്ര ദശാസന്ധിയിലായിരുന്നു ആ സമ്മേളനം നടന്നത്.

അവരുടെ ക്ഷോഭിച്ച ചിന്തകളിൽ ലോകത്താകമാനം വർദ്ധിച്ചുവരുന്ന ഭീകരവാദത്തെയും വർഗ്ഗീയവല്ക്കരിക്കപ്പെടുന്ന ഇന്ത്യൻ ജനതയുടെ ഭാവിയെക്കുറിച്ചുമുള്ള തീവ്രമായ ഉൽക്കണ്ഠകളും ആശങ്കകളുമായിരുന്നു. അതുതന്നെയാകാം എന്നെ അവരുമായി സൗഹൃദത്തിലെത്തിച്ചതും. ഐ എം ഐയുടെ പ്രവർത്തകരായ ബഷീർ ചാലാശ്ശേരിയും സലിം സേട്ടും അബ്ദുല്ലയും മറ്റാരുമായും എനിക്ക് മുൻകാല പരിചയം ഉണ്ടായിരുന്നില്ല. ലോക സമാധാനത്തിനും മാനവികതയ്ക്കും വേണ്ടി ചിന്തിക്കുകയും പ്രവർത്തിക്കുകയും ചെയ്യുന്ന അവരോട് ക്രമേണ ആദരവു തോന്നി. എല്ലാ കാലത്തും ഞാൻ മനസ്സിൽ കൊണ്ടു നടന്നിരുന്ന പ്രശ്നങ്ങൾ തന്നെയായിരുന്നു അവരും ചർച്ച ചെയ്തിരുന്നത്. അവയ്ക്കൊന്നും പെട്ടെന്ന് പരിഹാരം കണ്ടെത്തപ്പെടാൻ പോകുന്നില്ലെന്ന നിരാശ എന്നിലുണ്ടായിരുന്നു. എങ്കിലും ഞാൻ അതേക്കുറിച്ച് ആലോചിച്ചിരുന്നു എന്നതാണ് വാസ്തവം. അതിനാൽ അവരുമായുള്ള സൗഹൃദത്തിന്റെ ആഴം വർദ്ധിക്കുവാൻ അത് കാരണമായി. അനീതിയോട് കലഹിക്കുന്ന ഒരാളെന്നു തോന്നിയതിനാലായിരിക്കാം അവർ എന്നോട് സ്നേഹത്തോടാണ് ഇടപെട്ടിരുന്നത്. അന്നവിടെ പ്രസംഗിച്ചവരെല്ലാവരും ബൗദ്ധീകശേഷിയുടെ പ്രതീകങ്ങളും മനുഷ്യ സമൂഹത്തെ സ്നേഹിക്കുന്നവരുമായിരുന്നു. അവരിൽ കണ്ട ധൈഷണിക നിലവാരവും പരസ്പര സ്നേഹവും ഓരോ വാക്കിലും നോട്ടത്തിൽപോലും പ്രകടമായിരുന്നു. എന്നാൽ ഞാനുൾപ്പെട്ടിരുന്ന എന്റെ സമൂഹത്തിൽ ഒരിക്കലും അതു കണ്ടിരുന്നില്ല.

വാദിനഹിസ്
സലാലയിലെ ആരണ്യകം

സലാലയിൽനിന്നും മസ്കറ്റിലേക്കുള്ള പ്രധാന പാതവിട്ട് താഴേക്ക് ഇറങ്ങി. ഞങ്ങളുടെ സ്നേഹിതൻ സുഹൈൽ അമറി അവിടെ കാത്തു നിന്നിരുന്നു. അദ്ദേഹത്തിന്റെ പിക്കപ്പ് വാഹനത്തിനു പിറകേ റോഡിന്റെ ദുർഗ്ഗമത ഗണ്യമാക്കാതെ സൂക്ഷ്മതയോടെ റിഷോർ വണ്ടിയോടിച്ചു. സലാലയിൽനിന്നും ഏതാണ്ട് പതിനാറു കിലോമീറ്റർ മാത്രം ദൂരമുള്ള വൃക്ഷലതാദികളാൽ മൂടപ്പെട്ട ഒരു താഴ്‌വാരമായിരുന്നു ഞങ്ങളുടെ പ്രാപ്യ സ്ഥാനം. മരുഭൂമിയുടെയും സമുദ്രത്തിന്റെയും അനുഭവങ്ങളിലേക്കായി രുന്നല്ലോ മുമ്പുള്ള യാത്രകൾ. ഇപ്പോൾ വ്യത്യസ്തമായ അനുഭവസത്ത സമ്മാനിക്കുന്ന അടവിയിലേക്ക്. വളവുകളും തിരിവുകളുമുള്ള കുന്നിറ ക്കത്തിൽത്തന്നെ ദൂരെയായി വനസമൃദ്ധിയുടെ ഹരിതാഭ കണ്ടുതുടങ്ങി.

പാതയിറങ്ങിച്ചെല്ലുന്നിടത്തും താഴ്‌വാരത്തിനു വടക്കു പടിഞ്ഞാറു ഭാഗത്തും ജബലികൾ താമസിക്കുന്നു; ആടുമാടുകളോടും ഒട്ടകങ്ങളോ ടുമൊപ്പം. ആധുനിക കാലത്തിന്റെ വികസനങ്ങൾ എത്തുന്നതിനുമെ ത്രയോ മുമ്പ് ജീവിതോത്കർഷത്തിന് തലമുറകളായി വാസമുറപ്പിച്ചവർ. ജബൽ വഴികളിലൂടെ നടന്ന് സലാലയിൽ വന്ന് അവശ്യസാധനങ്ങൾ കൊണ്ടവർ. ജീവസന്ധാരണത്തിന്റെ കാനനവഴികൾ താണ്ടിനടന്നവർ. ഇന്ന് ഇളമക്കാർ ജപ്പാൻ നിർമ്മിത വാഹനങ്ങളിലാണ് സഞ്ചാരം. ഒട്ട കത്തെ ആട്ടിതെളിക്കുന്നതുപോലും വാഹനങ്ങളിൽ സഞ്ചരിച്ചാണ്. വെള്ളവും വെളിച്ചവുമെത്തി. ആരോഗ്യ പരിപാലനകേന്ദ്രവും വിദ്യാഭ്യാസ സ്ഥാപനങ്ങളുമുള്ള, ആധുനിക ജീവിതക്രമവുമായി സന്തുലിതത്വം പ്രാപി ച്ചുപോരുന്ന കൊച്ചു ജബൽ ഗ്രാമമാണ് വാദിനഹിസ്. ഇന്നും പൗരാണി കമായ മൊഗലി ഭാഷയിലാണ് അവർ പരസ്പരം ആശയ വിനിമയത്തി ലേർപ്പെടുക. യുവാവായ സയ്യിദ് ജാതിനെ ആ വഴിയിൽ ഞങ്ങൾ കണ്ടു

മുട്ടി. മുടി നീട്ടിവളർത്തി അശ്രദ്ധവും മുഷിഞ്ഞതുമായ വേഷവിധാനത്തിലായിരുന്ന അയാളുടെ കൈയിൽ ഡ്യുവിന്റെ ചെറിയ ക്യാനുണ്ടായിരുന്നു. അപ്പോൾ അയാൾ ദിഷ്ഡാഷ് കുപ്പായമായിരുന്നില്ല ധരിച്ചിരുന്നത്. ഖത്തൻ കുടുംബാംഗമായ സയ്യിദ് വാദിനഹിസിലെ നിമർ (പുലി), ചെന്നായ, പാമ്പ് എന്നിവയുടെ സാന്നിദ്ധ്യത്തെക്കുറിച്ച് മുന്നറിയിപ്പു നല്കി. അത് ഞങ്ങളെ തെല്ല് ഭീതിദരാക്കാതെയിരുന്നില്ല.

ഗിരിമണ്ഡലത്താൽ ചുറ്റപ്പെട്ടു കിടക്കുന്ന വാദിനഹിസിലെ ജൈവ പ്രാസാദത്തെ ഞങ്ങൾ സമീപിക്കുകയാണ്. ആയുധ സ്പർശമേല്ക്കാത്ത പ്രാചീന മരങ്ങൾ. ഉഷ്ണമേഖലാ വനങ്ങളിലെപ്പോലെ കൂറ്റൻ തടികളല്ല. എങ്കിലും നൂറ്റാണ്ടുകളുടെ പ്രായം അവയിൽ പലതിലും വനമുദ്രകൾ ചാർത്തിയിരുന്നു. മരങ്ങളും കാടും വള്ളിപ്പടർപ്പുകളും കെട്ടുപിണഞ്ഞു കിടക്കുന്നു. ഒട്ടകത്തെ തെളിച്ച് ഉൾക്കാട്ടിലേക്ക് പോയി രൂപപ്പെട്ടിട്ടുള്ള വ്യക്തതയില്ലാത്ത വഴികളിലൂടെ മുന്നോട്ട് നീങ്ങി. ചില സന്ദർഭങ്ങളിൽ വഴികാട്ടിയായ സുഹൈലിനുപോലും മുന്നോട്ടുള്ള വഴി നിശ്ചയമില്ലാത്തതുപോലെ. ഏറെ സമയത്തെ യാത്രയ്ക്കുശേഷം കാടിനുള്ളിലെവിടെയോ ഒരിടത്ത് വാഹനങ്ങൾ നിർത്തി.

ആദിമ മനുഷ്യൻ ആദിപൊരുളായി കണ്ട് ആരാധിച്ച പ്രകൃതിയുടെ നിറവിലേക്ക് ഞങ്ങൾ ഇറങ്ങി. അതിജീവനോപാധിയെന്ന നിലയിൽ പ്രകൃതിയെ കണ്ടതാകാം അവനെ ആരാധനയിലേക്ക് നയിച്ചത്. ദുരാചാരങ്ങൾക്കു വഴിപ്പെടാതിരുന്ന പ്രകൃതിയാരാധന തെറ്റായി കണ്ടുകൂടാ. പ്രകൃതിയോട് ആദിമ മനുഷ്യനുണ്ടായിരുന്ന അഭേദത്വമായിരുന്നു അത്. പ്രകൃതിയും മനുഷ്യനും ഒന്നാണെന്ന അഭേദത്തിന്റെ അർത്ഥതലമായിരുന്നു ആ ആരാധന. ഒരു വൃഥാനുഷ്ഠാനമായി അതിനെ കരുതുക വയ്യ. പ്രകൃതിയും ഭൂമിയും മനുഷ്യനു മാത്രമാണെന്നുള്ള വിവേകശൂന്യമായ ചിന്ത മനുഷ്യനിലുണ്ടായതാണ് പാരിസ്ഥിതികമായ മഹാവിപത്തിന് കാരണം. പ്രകൃതിയും ഭൂമിയും കാറ്റും ജലവുമൊക്കെ മനുഷ്യചിന്തയെ ധനാത്മകമായി സഹായിച്ചിരുന്ന ഒരു കാലമുണ്ടായിരുന്നു. ജീവസന്ധാരണത്തിന് മനുഷ്യനെ സഹായിച്ചിരുന്ന സ്ഥലരാശിയെക്കുറിച്ച് വ്യക്തമായ ധാരണയുണ്ടായിരുന്ന കാലം. കൃഷിക്കായി ഭൂമി ഉപയോഗിക്കാൻ തുടങ്ങിയതാണ് പ്രകൃതിയും മനുഷ്യനും തമ്മിലുള്ള സ്വരൈക്യം തകരുവാനിടയായതെന്ന് കരുതുന്ന പരിസ്ഥിതി ശാസ്ത്രജ്ഞരുണ്ട്. ധനാത്മകമായും ഋണാത്മകമായും പ്രതികരിക്കാം. എന്തുതന്നെയായിരുന്നാലും ആനുപാതികമല്ലാത്ത ഭൂവിനിയോഗം പാരിസ്ഥിതിക നാശനത്തിന് നിദാനമാകുമെന്ന് കരുതാതെ വയ്യ.

വാദിയെന്നു കേൾക്കുമ്പോൾ മരുഭൂമിയിലെ നദികളെക്കുറിച്ചാണ് ചിന്തയിൽ വരിക. എന്നാൽ ഇവിടെ നദി ഒഴുകിയ ലക്ഷണങ്ങൾ പോലുമവശേഷിച്ചിട്ടില്ല. താഴ്വാരത്തിൽ നിഹിതമായിരിക്കുന്ന ജലമഹിമയും ധാതു സമ്പുഷ്ടതയും ചേർന്ന് മനോഹരവും നിബിഢവുമായ ആരണ്യം തന്നെ സൃഷ്ടിച്ചിരിക്കുന്നു. മഹാരണ്യമെന്നൊക്കെ അതിശയോക്തിപര

മായി വിശേഷിപ്പിക്കാമെങ്കിലും വെളിച്ചം കടക്കാത്ത അഗാധതയൊന്നുമില്ല ഈ വിപിനത്തിന്. കാടാണ് പെരുംകാട്. ആകാശം മുറ്റിത്തഴച്ച മഹാവൃക്ഷങ്ങളൊഴിച്ചാൽ ഇരുണ്ടതും മനോഹരവുമായ വനംതന്നെ. മരുഭൂവനമെന്ന വിശാലമായൊരു കാഴ്ചപ്പാടോടെ ഇതിനെ വീക്ഷിക്കേണ്ടതുണ്ട്. മരങ്ങളും കാടുകളും വള്ളിപ്പടർപ്പുകളും ചേർന്ന ഒരു ലാവണ്യസ്ഥലി. ധാതുസമ്പുഷ്ടമായ ഈ താഴ്‌വാരത്തെ കൈയേറ്റക്കാരും കുടിയേറ്റക്കാരും പങ്കിട്ടെടുത്തില്ലായെന്നത് കേരളീയരായ നാം കൃതജ്ഞതയോടെ ഓർക്കേണ്ടതുണ്ട്. അറുതിവരാത്ത അത്യാഗ്രഹത്തിന്റെ മുറിവുകൾ ഭൂമിയെ ഗ്രസിക്കുന്ന നിർമനുഷത്വത്തിന്റെ ഈ കാലഘട്ടത്തിൽ ഈ കാടുമൂടിയ താഴ്‌വര സഞ്ജീവനിപോലെ സംരക്ഷിക്കപ്പെടുന്നു. മരുഭൂവാസികൾക്ക് ഈ കാനനഛായ ആശ്വാസകരമാണ്.

വളർച്ചയും പുരോഗതിയും ജീവന്റെ സ്വഭാവമാണ്. എന്നാൽ ആനുപാതികമല്ലാതായിരിക്കുന്നത് പ്രതിസന്ധി സൃഷ്ടിക്കുന്നു. മനുഷ്യൻ കൃഷിയിൽനിന്നും വ്യാവസായിക വൃത്തിയിലേക്ക് പ്രവേശിച്ചതോടെ പ്രകൃതിയുമായുള്ള ബന്ധത്തിൽ ലയവും താളവും തെറ്റിത്തുടങ്ങി. അണുവിസ്ഫോടനത്തോടെ അത് ഗുരുതരമായി. പ്രാണവായുവിന്റെ അഭാവം, ക്രമാതീതമായി ഉയരുന്ന അന്തരീക്ഷ ഊഷ്മാവ്, ഓസോൺ പാളികളുടെ നാശനം, വറ്റിവരളുന്ന നദികളും തോടുകളുമൊക്കെ വികസനോന്മുഖനായ മനുഷ്യന്റെ നിർവ്വിചാരതയ്ക്കുനേരെ പ്രത്യക്ഷപ്പെടുന്ന അന്ത്യസൂചകങ്ങളാണ്. മനുഷ്യനും പ്രകൃതിയും തമ്മിലുള്ള ചാർച്ചയിൽ കോടാനുകോടി വർഷങ്ങൾകൊണ്ട് രൂപപ്പെട്ട സ്വരൈക്യം തകർന്നിരിക്കുന്നു. ഈ ബന്ധം അതീവ ജാഗ്രതയോടെ കാത്തുസൂക്ഷിക്കുന്നതിനു പകരം അതിക്രമം തുടരുകയാണ്. തകർക്കപ്പെടുന്ന ഓസോൺ പാളികൾക്കിടയിലൂടെ സർവ്വനാശത്തിന്റെ താപരശ്മികളാണ് ഭൂമിയിലേക്കു പതിക്കുന്നതെന്നറിഞ്ഞിട്ടും ലോകരാഷ്ട്രങ്ങൾ മത്സരിച്ച് റോക്കറ്റുകൾ വിക്ഷേപിക്കുന്ന ദയാശൂന്യമായ കേളി തുടരുന്നു. പുറന്തള്ളപ്പെടുന്ന വിഷമാലിന്യങ്ങൾ അനുനിമിഷം ഭൂമിയെ വന്ധ്യംകരിക്കുകയാണെന്നറിഞ്ഞിട്ടും ആണവ റിയാക്ടറുകൾ പ്രവൃത്തി തുടർന്നുകൊണ്ടേയിരിക്കുന്നു. സംഭവിച്ചുകൊണ്ടിരിക്കുന്ന പ്രതിഭാസങ്ങളെയും കാലാവസ്ഥാ വ്യതിയാനങ്ങളെയും വിവേകബുദ്ധിയുള്ള മനുഷ്യന് അമ്പരപ്പോടെയല്ലാതെ കാണാൻവയ്യ. നൂറ്റാണ്ടുകളുടെ സംസ്കാര ചിഹ്നങ്ങളായിരുന്ന പാലങ്ങളും കെട്ടിടങ്ങളും തകർത്തുകൊണ്ട് അടുത്തകാലത്ത് ബ്രിട്ടണിലുണ്ടായ മഴയും വെള്ളപ്പൊക്കവും ചൂടിൽ മരുവല്ക്കരിക്കപ്പെടുന്ന ആഫ്രിക്കൻ ഭൂഖണ്ഡം, ഉരുകിത്തകരുന്ന ആർട്ടിക് മഞ്ഞുമലകൾ, വറ്റി തുടങ്ങിയിരിക്കുന്ന ഭൂഗർഭ ജലസ്രോതസ്സ്, അമ്ലമഴകൾ, തീക്കാറ്റുകൾ പ്രകൃതിക്കുമേൽ വീണ്ടുവിചാരമില്ലാതെ കാട്ടിയ അതിക്രമങ്ങളുടെ തിക്തങ്ങൾ. ആസന്നമായ വിപത്തിന്റെ സൂചനകൾ. വാസയോഗ്യമായിരുന്ന ഈ ഗ്രഹത്തിൽ മനുഷ്യന്റെ അടിസ്ഥാനം ഇളകി തുടങ്ങിയിരിക്കുന്നു.

ജബലുകളെക്കുറിച്ചും മരങ്ങളെക്കുറിച്ചും സുഹൈൽ അമറി വിവരങ്ങൾ നല്കി. സക്കേത്ത്, തെർഫീത്ത്, ദർവീൻ, തേക്ക്, അകർ തുടങ്ങി

യുള്ള മരങ്ങൾ ഉത്സാഹത്തോടെ കാട്ടിത്തന്നു. നമ്മുടെ ചന്ദനമരവും അകിലുംപോലെ തോന്നിക്കുന്ന മരങ്ങളും അക്കൂട്ടത്തിലുണ്ടായിരുന്നു. കാടിന്റെ ആ വിസ്മയരൂപ ദർശനത്തിനു മുന്നിൽ കുതുകികളായി ഞങ്ങൾ നിന്നു. അത്തിയും ഇലന്ത മരങ്ങളും ഉർവ്വരാദേവിയുടെ കനിവായി ഫലമണിഞ്ഞു നിന്നിരുന്നു. കാടിന്റെ അപാരത അപൂർവ്വമായൊരനുഭൂതിയായിരുന്നു. ആ ഹരിത താഴ്‌വാരത്തിൽ കാറ്റിനൊപ്പം പക്ഷികളും നൃത്തമാടി. കാടും കാറ്റും എന്റെ ചിന്തകളെ സ്വാധീനിച്ചുകൊണ്ടിരുന്നു. ആദിമ നിവാസികൾക്ക് ഓരോ സ്ഥലരാശിയെക്കുറിച്ചും ക്ലിപ്തമായ ധാരണയുണ്ടായിരുന്നതിനാലാവാം ജബലികളായ കുറേപ്പേർ ജീവസന്ധാരണത്തിനിടം തേടി ഇവിടെ വാസമുറപ്പിച്ചത്.

കാടിന്റെ നിഷ്ക്കളങ്കത (വാദിനഗീസ്)

എന്റെ പാരിസ്ഥിതിക നിനവുകളെ സഫലമാക്കുന്ന കാടിന്റെ ദർശനസാരള്യത്തിലേക്കുള്ള യാത്ര ആയാസരഹിതമായിരുന്നില്ല. വണ്ടിയിലായിരുന്നെങ്കിലും കാടും പടലും തെള്ളി തെളിച്ചായിരുന്നു യാത്ര. ജബൽ

ഹലോത്ത്, ജബൽ ഷിസെസ്, ജബൽഗിയം എന്നീ മലനിരകളാൽ ചുറ്റപ്പെട്ടു കിടക്കുന്ന വാദിനഹിസ് എന്ന ജബലി താഴ്വാരത്തിലേക്കുള്ള യാത്ര മനസ്സിൽ വലിയൊരു സാന്ത്വനമായി നിലകൊള്ളുന്നു. ചുറ്റി നില്ക്കുന്ന കുന്നുകളിൽ പെയ്തിറങ്ങുന്ന മഴ താഴ്വാരത്തെ ഉർവ്വരമാക്കുന്നു. താഴ്വാരത്തിലൂടെ ഒഴുകി കടന്നുപോകുന്ന ജലം അഗാധമായ ദേഖ് ഗർത്തത്തിലേക്ക് പതിക്കുന്നു. ജബൽ ഹലോത്തിനോടു ചേർന്ന് പാതാളത്തിലേക്കെന്നപോലെ ദേഖ് ഗർത്തം മരുവുന്നു. താഴ്വാരത്തിനുൾക്കൊള്ളാവുന്നതിലധികം വരുന്ന വെള്ളത്തെ ദേഖ് ഗർത്തം ഏറ്റുവാങ്ങുന്നു. മരുഭൂമികളുടെ പുണ്യമായ വാദിയാണ് നഹീസെന്ന ഈ താഴ്വാരത്തെ ധന്യമാക്കുന്നത്. കാടുമുറ്റി നില്ക്കുന്ന താഴ്വാരത്തിലൂടെ ഒഴുകുന്ന വാദിയുടെ ജലമഹിമയാണ് ഈ വനസ്ഥലിയെ ഊർജ്ജസ്വലമാക്കുന്നത്. ഖരീഫ് കാലത്തെ മലവെള്ളത്തെ കലശത്തിലെന്നവണ്ണം നഹിസ് താഴ്വാരം സ്വരൂപിച്ചുവെക്കുന്നു. ദോഫാർ മരുഭൂമിയിലെ നിഗൂഢതയാണ് ഈ മണ്ണും മരങ്ങളും. മലവെള്ള പ്രവാഹങ്ങൾ എന്നും താണ്ഡവം സൃഷ്ടിക്കാറാണ് പതിവ്. ആധുനിക പട്ടണങ്ങൾക്കുപോലും അത് അലോസര ജന്യമാണ്. അതിന്റെ സഹജമായ വേഗമൂർച്ഛയിൽ എന്തെല്ലാം കടപുഴകിയെറിയപ്പെട്ടിരിക്കുന്നു. നദീസങ്കല്പം സ്ത്രൈണ സ്വഭാവത്തോട് ചേർത്തുവെച്ചാണ് നാം ചിന്തിക്കാറുള്ളത്. എന്നാൽ ജബലുകളിൽനിന്നും മല കലങ്ങിവരുന്ന വാദികൾക്ക് പൗരുഷ്യമേറും. ഗോപ്യമാക്കപ്പെട്ടിരിക്കുന്ന പുരുഷസ്വഭാവം പ്രത്യക്ഷപ്പെടുന്നത് സ്ത്രീയിലാണെങ്കിലും ആപത്താണ്. പുറത്തേക്ക് പ്രവഹിക്കപ്പെടുന്നത് സംശുദ്ധമായ ഭാവമാണ്. ഭാരതീയമായ അർദ്ധനാരീശ്വര സങ്കല്പം നല്കുന്ന ഉൾക്കാഴ്ച ഓരോ സൃഷ്ടിയിലും സ്ത്രൈണ പൗരുഷഭാവങ്ങൾ ഉൾച്ചേർന്നിരിക്കുന്നു എന്നാണല്ലോ. ദൈവം മനുഷ്യനെ ആണും പെണ്ണുമായി സൃഷ്ടിച്ചുവെന്ന ഉല്പത്തി പുസ്തകത്തിലെ സൃഷ്ടി വിവരണത്തെ ഈ സങ്കല്പത്തോട് ചേർത്തുവെച്ച് വ്യാഖ്യാനിക്കുന്നത് സംഗതമോയെന്നറിഞ്ഞുകൂടാ.

മുക്സെയിലിന്റെ സാരള്യ ദർശനം

മുക്സെയിലിന്റെ സാരള്യ ദർശനത്തിലേക്കുള്ള ഈ വരവ് അപ്രതീക്ഷിതമായിരുന്നില്ല. ഒരിക്കൽക്കൂടി അറബിക്കടലിന്റെ, കാളിമകലർന്നതും നീലാർദ്രവുമായ ജലപ്പരപ്പിലെ തിരച്ചാർത്തുകളുടെ സമൃദ്ധിയിലേക്കുള്ള പരിക്രമണം സഫലമായിരിക്കുന്നു. മുമ്പ് പലതവണയിവിടെ വന്നിട്ടുണ്ടെങ്കിലും ഇപ്പോൾ തികച്ചും വ്യത്യസ്തമായ ഒരനുഭവമാണ് കടൽ സമ്മാനിക്കുന്നത്. പ്രാപ്യസ്ഥാനം ഒന്നുതന്നെയെങ്കിലും അനുഭവസാഫല്യം വ്യത്യസ്തമായിരിക്കുന്നു. കാലത്തിന്റെയും കാലാവസ്ഥയുടെയും ഗതിവിഗതികളും ഭാഗഭാക്കാകുന്നവരുടെ വ്യക്തിസത്തയും ഒരളവുവരെ അനുഭവങ്ങളെ സ്വാധീനിച്ചേക്കാം. പ്രകൃതിയുടെ ശുദ്ധവും പവിത്രവുമായ നിർവ്വഹണത്തിൽ കടലലകളുടെ സഹജമായ വേഗമൂർച്ഛയിൽ, അനിർവ്വചനീയ ആഹ്ലാദാനുഭൂതി അനുഭവസ്ഥമാകണമെങ്കിൽ ദുരയകന്നതും സംഘർഷരഹിതവുമായ മനസ്സായിരിക്കണമെന്നുമാത്രം. ജലരാശി കണ്ടാൽ ചൂണ്ടൽ എറിഞ്ഞോ തോട്ടപൊട്ടിച്ചോ മീൻപിടിക്കണമെന്ന അവിശുദ്ധ ചിന്തകളിൽ നിന്നകന്ന നിരാമയ മനുഷ്യനു മാത്രമേ പ്രകൃതിയുടെ പൂർണ്ണ സാന്ത്വനത്തിലേക്ക് സ്വയം ഉപേക്ഷിക്കപ്പെടുവാൻ സാധിക്കയുള്ളൂ.

ബീച്ചിനോരം ചേർന്നുള്ള പാതയിലൂടെ ആറ് കിലോമീറ്റർ ദൂരം തരണം ചെയ്തു കഴിഞ്ഞാണ് മ്ർനീഫ് ഗുഹയും പ്രകൃതിദത്തമായ ജലധാരയും പ്രത്യക്ഷമാവുക. ശരിക്കും ഈ ഗുഹാമുഖത്തേക്കാണ് സന്ദർശകർ എത്തിച്ചേരുക. കടലിനോട് ചേർന്ന് നിത്യവിസ്മയം പോലെ ഭ്രമാത്മകമായ എടുപ്പോടെ ഗിരിശൃംഗം. ഖരീഫ് കാലത്ത് ഹരിതരമണീയമായ ഈ തരള സ്ഥലിക്ക് നിർവ്വചിക്കാനാവാത്ത സൗന്ദര്യമാണ്. കുന്നിന്റെ നെറുകയിൽ വീഴുന്ന ജലകണികകൾ നല്കുന്ന കാരുണ്യമാണ് ആ സസ്യശ്യാമളത്വം. ആ ഗിരി ശീർഷത്തിനു ചുവട്ടിലാണ് മ്ർനീഫ്

ഗുഹ. അനുസ്യൂതമായ കടലലകളുടെ ആശ്ലേഷമേറ്റാണ് ഗുഹാസമാനമായി മർനീഫ് രൂപപ്പെട്ടത്. ആ ലാളനയുടെ മുദ്രകൾ മാർദ്ദവമേറിയ ആ ചുണ്ണാമ്പു മലയുടെ പാർശ്വങ്ങളിൽ കാണാം. കടലിറങ്ങി തെളിഞ്ഞ് ഉണ്ടായതാണെന്നു വായിക്കുവാൻ ചിത്ര ലിപികൾ പ്രേരിപ്പിക്കുന്നു. മൗനം ഘനീഭവിച്ചു കിടക്കുന്ന പരിണാമത്തിന്റെ പ്രാചീനമുദ്രകൾ അപാര ദൃശ്യസഞ്ചയത്തിന്റെ ഭംഗിക്ക് തെല്ലും ഉടവുവരുത്തുന്നില്ല. സമുദ്രത്തിലേക്ക് കുതികൊള്ളുവാൻ വെമ്പുന്ന ഒരു വന്യജീവിയുടെ ശിരസ്സുപോലെയോ മുഖപൂരണത്തിന് വക്ത്രം പിളർന്നാഞ്ഞു നില്ക്കുന്ന അത്ഭുതജീവിപോലെയോ തോന്നിക്കുന്ന ഗുഹാമുഖത്തേക്ക് നീളുന്ന നടപ്പാത അതീവ ശ്രദ്ധയോടെ പരിപാലിക്കപ്പെടുന്നു. അവിടെനിന്ന് സമുദ്രത്തിന്റെ ആഴങ്ങളിലേക്ക് നോക്കുന്നവർക്ക് അശുഭകരമായി ഭവിക്കാതെ സംരക്ഷണവേലികൾ കലാചാരുതയോടെ നിർമ്മിച്ചിരിക്കുന്നു.

മനുഷ്യാവാസം ഇല്ലാത്ത ഈ ചുണ്ണാമ്പു ശൈലത്തിനു താഴെ കടലിലേക്ക് ഇറങ്ങികിടക്കുന്ന വിസ്തൃതമായ പാറക്കൂട്ടം. ആ പാറക്കെട്ടിന്റെ അടിഭാഗത്തുനിന്നും സുഷിരങ്ങളിലൂടെ ആകാശത്തിലേക്ക് ചിതറിതെറിക്കുന്ന തിരമാല. നൂറുമീറ്ററിലുമധികം ഉയരത്തിലേക്ക് ചിതറിതെറിക്കുന്ന പ്രകൃതിദത്ത ജലധാര നല്കുന്ന കാഴ്ച വിസ്മയകരം തന്നെ. പാറക്കെട്ടിന്റെ അടിയിലായി ഉള്ളിലേക്ക് വ്യാപിച്ചുകിടക്കുന്ന കടലിലെ തിരമാലകളാണ് ജലധാരയായി രൂപപ്പെടുന്നത്. പാറക്കെട്ടിനടിയിലൂടെ ആർത്തലച്ചുവരുന്ന തിരമാലകൾ നേരിയ വിള്ളലുകളിലൂടെ പുറത്തേക്ക് ചിതറിതെറിക്കുമ്പോഴുണ്ടാകുന്ന ഭയാനക ശബ്ദം ഇത്തിരിപ്പോന്ന മനുഷ്യചേതനയെ ചകിതമാക്കിയില്ലെങ്കിലേ അതിശയിക്കേണ്ടതുള്ളു. ഈ

മുക്സെയിലിന്റെ ലാവണ്യം

കാഴ്ചയും ശ്രാവ്യവും ഖരീഫ് കാലത്തിനുമാത്രം അവകാശപ്പെട്ടതാണെന്നു തോന്നുന്നു. മൺസൂൺ കാലത്ത് രൗദ്രഭാവത്തിൽ തിമിർത്താടുന്ന കടലലകൾക്കു മാത്രമേ ഇത്തരം വിസ്മയ കാഴ്ച സൃഷ്ടിക്കാനാവൂ.

മുമ്പ് ഞാനിവിടെ വന്നത് അങ്ങനെയൊരു ഖരീഫ് കാലത്തായിരുന്നു. നല്ല തെരക്കുള്ള കാലമാണെങ്കിലും നന്നേ പുലർച്ചയിലായിരുന്നതിനാൽ ഞങ്ങൾ വരുമ്പോൾ ഇവിടെ മറ്റാരുമുണ്ടായിരുന്നില്ല. അതൊരു നേരിയ തണുപ്പും ചാറ്റൽ മഴയുമുള്ള സമ്മിശ്ര ദിവസമായിരുന്നു. ആകാശത്തിലൂടെ കാർമേഘങ്ങൾ അതിവേഗത്തിൽ നീങ്ങുന്നുണ്ടായിരുന്നു. തീരത്തിനും സമുദ്രത്തിനും മീതെ നേരിയ മഞ്ഞ് മൂടിക്കിടന്നിരുന്നു. എന്നാൽ അവ ആർത്തലച്ചുവരുന്ന തിരമാലകളെ മറയ്ക്കുവാൻ പര്യാപ്തമായിരുന്നില്ല. പൂർവ്വദിക്കിൽ തെളിഞ്ഞിരുന്ന പ്രകാശരേണുക്കൾ, കുറച്ചകലെയായി കടലിലേക്കിറങ്ങി നില്ക്കുന്ന ഇരട്ടക്കുന്നിന്റെ മുകൾ ഭാഗത്തെ മഞ്ഞിലേക്ക് ചിതറി വീഴുന്നുണ്ടായിരുന്നു. ആ കാഴ്ചയിൽ പതിവില്ലാതെ ഞാൻ വികാരാധീനനായി നില്ക്കുന്നതിനിടെ, കാഴ്ചയിൽ സാത്വികനും ആരും ഇഷ്ടപ്പെടുന്ന പ്രകൃതം തോന്നിക്കുന്നതുമായ ഒരു വെള്ളക്കാരനും സ്ത്രീയും വളരെ വിനീത ഭാവത്തോടെ അവിടേക്കു വന്നു. അയാളുടെ മുഖത്ത് അങ്ങിങ്ങായി നിന്നിരുന്ന താടിരോമങ്ങൾ ചെമ്പിച്ചതും വെട്ടി ഒതുക്കാത്തതുമായിരുന്നു. മുനമ്പുപോലെ കടലിലേക്കിറങ്ങി കിടക്കുന്ന പാറയുടെ വിസ്തൃതമായ മുകൾ പരപ്പിലേക്കിറങ്ങിയയുടനെ, മുട്ടിനു താഴെവരെ മാത്രം ഇറക്കമുള്ള ജീൻസും കോളറില്ലാത്ത ടീഷർട്ടും ധരിച്ചിരുന്ന സ്ത്രീ വെള്ളം ചിതറി തെറിച്ചുയരുന്നിടത്തേക്ക് ധൃതിയിൽ നടന്നു നീങ്ങി. മുമ്പ് ഇവിടെ സന്ദർശിച്ചിട്ടുണ്ട് എന്ന ഭാവത്തിലായിരുന്നു അവരുടെ നടത്ത. വെള്ളം ഉയർന്ന് ചിതറിത്തെറിക്കുന്ന വിസ്മയ കാഴ്ചയ്ക്കായി അവർ കാത്തുനിന്നു. പെട്ടെന്ന് പാറയുടെ അന്തർഭാഗത്തുനിന്നും ഭീതിപ്പെടുത്തുന്ന ശബ്ദത്തോടെ ഉയർന്ന് ചിതറിത്തെറിച്ച ജലസ്തൂപത്തിന്റെ ശക്തിയിൽ അവർ നനഞ്ഞു കുളിച്ചു. ജീവിതം ഉല്ലാസഭരിതമായി കാണേണ്ടതാണെന്ന ഭാവമായിരുന്നു അപ്പോൾ അവരിലുണ്ടായിരുന്നത്. കട്ടി കൂടിയ ജാക്കറ്റ് ധരിച്ചിരുന്ന വെള്ളക്കാരൻ നനഞ്ഞു നിന്നിരുന്ന ആ സ്ത്രീക്കുനേരെ ക്യാമറ ഫോക്കസ് ചെയ്യുകയായിരുന്നു. തികഞ്ഞ നിസ്സംഗതയോടെയായിരുന്നു അയാൾ ആ കർമ്മം ചെയ്തുകൊണ്ടിരുന്നത്. കുസൃതിത്തരം കാട്ടുന്ന ഒരു ബാലന്റെ ചേഷ്ടകൾ കാട്ടിക്കൊണ്ടിരുന്ന സ്ത്രീയുടെ കണ്ണുകൾക്ക് പച്ചനിറമായിരുന്നു. അവർ ആ പുലർകാല രമണീയതയിലഭിരമിക്കുന്നതിനിടെ മറ്റു പല സന്ദർശകരും വന്നുകൊണ്ടിരുന്നു. ചുവന്ന തലമുടി അലസമായിട്ടിരുന്ന മെലിഞ്ഞ ആ സ്ത്രീയും അയാളും പരസ്പരം കൈകൾ കോർത്തു പിടിച്ച് നടന്നുപോയി. തെരക്കു വർദ്ധിക്കുന്നതിലുള്ള അലോസരമാകാം വേഗത്തിൽ മടങ്ങിപ്പോകുവാൻ അവരെ പ്രേരിപ്പിച്ചതെന്ന് എനിക്ക് തോന്നി. വിനോദസഞ്ചാരത്തിലേർപ്പെട്ടിരിക്കുന്ന അവരുടെ ജീവിതത്തെക്കുറിച്ചറിയാനുള്ള ഔത്സുക്യം എനിക്കുണ്ടായിരുന്നു. ജീവിതകാലം മുഴു

വനും ക്ലേശകരമായി പണിയെടുക്കുകയും നന്നായി ആഹാരംപോലും കഴിക്കാതെ സമ്പാദിച്ചുവെച്ച് കടന്നുപോകുകയും ചെയ്യുന്ന മലയാളി യുടെ ജീവിതരീതിയല്ല അവരുടേതെന്ന് നിശ്ചയം.

അപ്പോഴും ആഞ്ഞടിച്ച കാറ്റിൽ ഉയർന്നു പൊങ്ങിയ തിരമാലകൾ അസംഖ്യം ജലകണങ്ങളായി ആകാശത്തിലേക്ക് ചിതറിതെറിക്കുന്നുണ്ടാ യിരുന്നു. മുഖത്ത് ആഞ്ഞടിച്ചുകൊണ്ടിരുന്ന കാറ്റിനെ കണ്ണടച്ച് പ്രതി രോധിക്കുവാൻ നടത്തിയ ശ്രമങ്ങൾ പരാജയപ്പെട്ടെങ്കിലും സാധാരണ കടൽക്കാറ്റിലുണ്ടാകാറുള്ള ഉപ്പിന്റെയും ലവണത്തിന്റെയും ഗന്ധമില്ലാ തെയിരുന്നത് ആശ്വാസമായി. ഒരു പ്രത്യേകതരം ശീതക്കാറ്റായിരുന്നു രൗദ്രഭാവമാർജ്ജിച്ചിരുന്ന സമുദ്രത്തിൽനിന്നും വീശിയടിച്ചിരുന്നത്. മഞ്ഞു മൂടി കിടന്നിരുന്ന മ്ർനീഫ് ഗുഹയിലേക്ക് എത്തിയ കാറ്റിന്റെ രോദനം ചെവിക്കുള്ളിൽ നിറഞ്ഞുനിന്നിരുന്നു.

ഇപ്പോൾ കാലാവസ്ഥയിൽ പ്രകടമായ മാറ്റം ഭവിച്ചിരിക്കുന്നു. ഖരീഫ് കാലത്തെപ്പോലെ ആർത്തലച്ചല്ല ശാന്തമായാണ് തിരകൾ വരുന്നത്. അല കടലിന്റെ രൗദ്രതയിൽനിന്നും അറബിക്കടൽ മോചിതമായിരിക്കുന്നു. തിര കൾ സ്വച്ഛന്ദമായി നൃത്തം ചെയ്യുന്നതുപോലെയോ തീരങ്ങളിലും പാറ കളിലും ചാഞ്ചാടിക്കളിക്കുന്നതുപോലെയോ തോന്നി. മീൻപിടിത്തക്കാർ സ്ഥാപിച്ചിരുന്ന വലകളിലെ അടയാളങ്ങൾ പന്തുകൾപോലെ ജലപ്പരപ്പി ലുടനീളം വ്യാപിച്ചുകിടക്കുന്നു. സമുദ്രം, മനുഷ്യന് അപ്രാപ്യമാണ്. അതു പോലെ മറ്റൊന്നും കാണുകയില്ല. അതിന്റെ തീരത്ത് ഇരിക്കുമ്പോൾ നാം എത്രയോ നിസ്സാരർ. സമുദ്ര തീരത്തിരിക്കുമ്പോൾ ജീവിതം ആനന്ദപ്രദ മാണ്. നീലിമയാർന്ന സാഗരം നാദഭരിതവും വർണ്ണഭരിതവുമാണ്. അല കളൊടുങ്ങാത്ത കടൽ ദൈവീകതയുടെ ചിഹ്നമാണ്. അതിന്റെ അലൗ കികത മനുഷ്യന്റെ ബോദ്ധ്യങ്ങളെ അതിക്രമിച്ചുപോകുന്നു. ദൈവീക തയും സാഗരധ്വനിയും ചൂഴ്ന്നുനില്ക്കുന്ന ഈ പ്രതിഭാസം മനസ്സിന് താങ്ങാവുന്നതിനുമപ്പുറമാണ്. ആൾതെരക്കില്ലാത്ത തീരത്തിരുന്ന് ആകാ ശത്തിലേക്കു നോക്കുക. ആകാശത്തിലൂടെ തെന്നിനീങ്ങുന്ന മേഘങ്ങ ളുടെ വർണ്ണ്യലാസ്യം കാണുക. ഏതോ ആദ്ധ്യാത്മികസാരത്തിന്റെ ഉറ വാണ് കിനിഞ്ഞിറങ്ങുക. മുമ്പൊരിക്കൽ ജിനുതോമസും ബിനു എ ബേബിയുമൊത്ത് ഒരു രാതി മുഴുവൻ കടൽത്തീരത്ത് ഇരുന്നത് ഞാൻ ഓർത്തു. കടലും കരയും ഇരമ്പുന്ന സാഗരശ്രുതിയും നക്ഷത്രാങ്കിത വിഹായസ്സും ഇന്ദ്രിയാതീത അനുഭവമാണ് നല്കുക. രാത്രിയിലെ കട ലിന്റെ മാദകഭാവം, ഇരുണ്ടിരിക്കുന്ന കടലിൽ ഉയരുന്ന തിരകളുടെ ആഘോഷം, ശമനൗഷധംപോലെ നിത്യതയുടെ സാഗരസംഗീതം, അവ നല്കുന്ന ഏകാന്തത, ഒക്കെ എന്നിലുണർത്തിയ ധ്യാനനിരതമായ അവസ്ഥ. എല്ലാറ്റിനേയും ഞാൻ ഇഷ്ടപ്പെട്ടിരുന്നു.

വല്ലപ്പോഴും കാറ്റ് ആഞ്ഞുവീശുമ്പോഴുണ്ടാകുന്ന വലിയ തിര കൾപോലും പാറക്കെട്ടുകളിലടിച്ച് അവസാനിച്ചു. അവ സുഷിരങ്ങളി ലൂടെ ചിതറിതെറിച്ച് ജലധാരകൾ സൃഷ്ടിച്ചില്ല. കടലിന്റെ ഉപരിതല ത്തിൽ തട്ടി സൂര്യകിരണങ്ങൾ പ്രതിഫലിച്ചപ്പോൾ അവയ്ക്ക് സാധാര

ണയിലും പ്രകാശം തോന്നിച്ചു. സ്വർണ്ണഛവി കലർന്ന കടലിലൂടെ ചെറിയ യന്ത്രങ്ങൾ ഘടിപ്പിച്ച മത്സ്യബന്ധനവഞ്ചികൾ സഞ്ചരിക്കുന്നുണ്ടായിരുന്നു. ഇരുട്ടുവീഴുവാൻ ഇനി ഏറെ സമയമുണ്ടായിരുന്നെങ്കിലും അന്തരീക്ഷത്തിൽ സാമാന്യം നല്ല തണുപ്പുണ്ടായിരുന്നു. കടലിലേക്കിറങ്ങിനിന്നിരുന്ന ഇരട്ടക്കുന്നുകൾ ഞങ്ങൾക്കപ്പുറം പശ്ചിമഭാഗത്ത് വിഗ്രഹങ്ങൾപോലെ ആകാശത്തിലേക്ക് ഉയർന്നുനിന്നു. ആകാശം തെളിഞ്ഞതായിരുന്നെങ്കിലും ദൂരെ കാഴ്ചയിൽ അവ നരച്ചതായി തോന്നിച്ചു. അവയിലേക്ക് കണ്ണുംനട്ട് നിന്നപ്പോൾ ഹൃദയം നിറയെ കീഴടക്കാനാവാത്ത രഹസ്യമായ ഒരു ശൂന്യതാബോധം നിറഞ്ഞു. എന്നിലുണ്ടായ നിഗൂഢമായ ആ അനുഭവം വെളിപ്പെടുത്തുന്നതെങ്ങനെയെന്നറിയില്ല. മരണത്തെക്കുറിച്ചുള്ള ചിന്ത ഒരു നിഴലാട്ടംപോലെ മനസ്സിലൂടെ കടന്നുപോയതായി ഞാനോർക്കുന്നു. അങ്ങനെയൊരു ചിന്ത ഉണ്ടാകുവാനുള്ള കാരണം നിശ്ചയമില്ലെങ്കിലും ജീവിതത്തിന് സമുദ്രവുമായുള്ള ചാർച്ച സ്പഷ്ടമായും എന്നെ അലട്ടിയിരുന്നു. ജീവിതത്തിന്റെ സങ്കീർണ്ണതകൾക്കൊപ്പം അപ്രാപ്യമായ സാഗരത്തിന്റെ നിഗൂഢതകളും അനുസ്യൂതമായ കടലലകളുടെ ഭീതിദമായ അവസ്ഥയും ഒരളവുവരെ സാമഞ്ജസ്യമാണല്ലോ പ്രതിഫലിപ്പിക്കുന്നത്. സമുദ്രത്തിന്റെ ഉള്ളിലേക്കു നോക്കുക! അതൊരത്ഭുതത്തിന്റെ സംഭരണി തന്നെയാണല്ലോ. തീരത്തിരിക്കുന്നവന് അജ്ഞാതമായി ഭവിക്കുന്ന സാഗരം ഒരു വ്യവസ്ഥാനുസാര ലോകമായിരിക്കാനിടയില്ലല്ലോ. ഉപരിതലം പോലെ സംഭ്രാന്തമല്ലായിരിക്കാം ആഴങ്ങൾ. അലകളും തിരകളുമില്ലാത്ത ആന്ദോളനങ്ങൾ നിലച്ച ആഴക്കടൽ അഗാധവും അപ്രക്ഷുബ്ധവുമാണ്. എന്റെ പ്രവർത്തനമണ്ഡലത്തിലെപ്പോലെ അവിടെയും ശാന്ത ഭജ്ഞകരുണ്ടായിരിക്കുമോ ആവോ!

ജീവിതത്തിലെന്നപോലെ സമുദ്രോപരിതലത്തിലും കാറ്റിന്റെ ഗതിവേഗമനുസരിച്ച് തിരകൾ ഉത്ഭൂതമാവുകയും അനന്തരം തിരോഭവിക്കുകയും ചെയ്യുന്നു. ഓരോ തിരയും സമുദ്രത്തിൽനിന്ന് ഉയർന്നുവരികയും അനന്തരം നിമ്നീഭവിക്കയും ചെയ്യുന്നതുപോലെ ജീവിതവും ഒന്നിൽനിന്ന് ആവിർഭവിക്കുകയും തിരികെ അതിലേക്ക് വിലയം പ്രാപിക്കയും ചെയ്യുന്നു. വരികയും അപ്രത്യക്ഷമാവുകയും ചെയ്യുന്ന തിരകൾക്കപ്പുറമാണല്ലോ സമുദ്രം; അഗാധമായ മഹാസമുദ്രം. സമുദ്രോപരിതലത്തിൽ തിരകൾ വ്യതിരിക്തമായിരിക്കുന്നതുപോലെ ഐഹികജീവിതത്തിലും ഓരോ ജീവിതവും വ്യതിരിക്തമായിരിക്കാം. എന്നാൽ സമസ്ത സൃഷ്ടിയും ദൈവീക അഗാധതയിൽ ഏകവും. വ്യതിരിക്തമായിരിക്കുന്ന ഓരോ ജീവിതവും അനന്യമായിട്ടാണ് സൃഷ്ടിക്കപ്പെട്ടിരിക്കുന്നതെന്ന് വിശുദ്ധഗ്രന്ഥം സാക്ഷ്യപ്പെടുത്തുന്നു. സമുദ്രം തിരകൾക്കപ്പുറമെന്നോണം ഓരോ ജീവിതത്തിനുമപ്പുറമാണ് അവിനാശകമായ അസ്തിത്വം. ഓരോ സൃഷ്ടിയിലും ഒരേ അസ്തിത്വം തന്നെയാണ് കുടികൊള്ളുന്നത്. ഐഹിക ജീവിതത്തിൽ മോഹാവേശപരവശനാകുന്നവൻ അസ്തിത്വമായ ആത്മാവിനെ നഷ്ടപ്പെടുത്തുന്നു എന്ന് ക്രിസ്തു പറയുന്നു. ദൈവീകതയെ പ്രാപിക്കണമെങ്കിൽ ജീവനെ നഷ്ടപ്പെടുത്തേണ്ടി വരുമെന്നത്

ആത്മഹത്യയെയല്ല അർത്ഥമാക്കുന്നത്. ഈ ലോക ജീവിതത്തോടുള്ള സ്പൃഹയില്ലാതെയാവുകയെന്നാണ്. സമുദ്രത്തിൽ അലകൾ തിരോഭവിക്കുംപോലെയാണത്. മരിക്കാൻ സന്നദ്ധനാവുകയെന്നാൽ ഭവിക്കുന്നത് എന്തുതന്നെയായാലും അതിനോട് സ്വീകാരഭാവത്തിലായിരിക്കുക എന്നാണ്. അത് മരണമായാൽപ്പോലും.

മർനീഫ് ഗുഹാമുഖത്ത് ഇരിക്കുമ്പോഴാണ് വിനോദ സഞ്ചാരികളായ വൃദ്ധ ദമ്പതികൾ വീൽചെയറിൽ തങ്ങളുടെ മകനേയുംകൊണ്ട് അവിടെയെത്തിയത്. ഒറ്റനോട്ടത്തിൽത്തന്നെ യൂറോപ്പുകാരാണെന്നു മനസ്സിലാകും. മർനീഫ് ഗുഹാമുഖത്തെത്തുവാൻ കഷ്ടിച്ച് വീൽചെയർ ഉരുട്ടിക്കൊണ്ടു വരുവാനുള്ള വീതി മാത്രമേ കല്ലുപാകിയ പാതയ്ക്ക് ഉണ്ടായിരുന്നുള്ളൂ. റെയിലിങ്ങിൽ ഉരസാതെ അവർ ശ്രദ്ധാപൂർവ്വം വീൽചെയർ ഗുഹാമുഖത്തെത്തിച്ചു. വീൽചെയറിലിരിക്കുന്ന യുവാവിനെ കണ്ടപ്പോൾ ഞങ്ങളുടെ സംസാരം നിലച്ചു. ഒരുനിമിഷം എല്ലാവരും നിശ്ശബ്ദരായി. കൈകളും കാലുകളുമില്ലാത്ത ഒരു മനുഷ്യാകാരത്തെ വീൽചെയറിന്റെ ചാരുപടിയിൽ ചേർത്ത് ബന്ധിച്ചിരിക്കുന്നു. കഴുത്തിനു മുകളിലേക്ക് ചലനശേഷി നഷ്ടപ്പെടാത്ത തേജസ്സുറ്റ വിഗ്രഹംപോലെ ഒരു യുവാവ്. മുക്സെയിലിന്റെ കാഴ്ചയിൽ അയാളുടെ നീലക്കണ്ണുകൾ വിടരുന്നത് ഞാൻ കണ്ടു. ദൂരെ കടലലകളുടെ ചലനങ്ങൾ നിരീക്ഷിച്ചും തെളിഞ്ഞ ആകാശത്തിൽ അവിടവിടെ കാണപ്പെടുന്ന മേഘശകലങ്ങൾ ഒരുമിച്ചുകൂടി പ്രത്യേക രൂപങ്ങൾ സൃഷ്ടിക്കുന്നതും അയാൾ നോക്കിയിരിപ്പായി. ചുറ്റുമുള്ള മനുഷ്യരുടെ യാതനകൾ എന്നിൽ ഉണർത്തിയ ജീവിത കാഴ്ചപ്പാട് അനിശ്ചിതത്വങ്ങളുടേതായിരുന്നു.

ജീവിതം എത്ര കഷ്ടപ്പാടുകളാണ് ഓരോരുത്തർക്കും നല്കുന്നത്. കൈകാലുകളില്ലാത്ത മകനെ ഉപേക്ഷിച്ച് ആ മാതാപിതാക്കൾക്ക് ബാഹ്യലോകത്തിന്റെ പുറംവടിവുകൾ ആസ്വദിക്കാനാകുമോ! കീഴ്പ്പെടുത്താനാകാത്ത അപത്യവാത്സല്യം നിരാലംബനായ ഒരു മകനേയും ചേർത്തുപിടിച്ച് നടക്കുവാൻ വൃദ്ധ ദമ്പതികളെ ശക്തീകരിക്കയാണ്. "ദൈവം ദയാപരനായിരിക്കെ എന്തിനാണ് ഇങ്ങനെയൊരു ജന്മം നല്കിയിരിക്കുന്നത്?" ചോദ്യമുന്നയിച്ചത് ജിനു തോമസാണ്. "ആ മാതാപിതാക്കളുടെ കഷ്ടപ്പാടുകൾ ദൈവം അറിയുന്നില്ലേ? എന്തേ സഹായിക്കുവാൻ മടിക്കുന്നു?" ജിനു തോമസിന്റെ വാദമുഖങ്ങൾ ശ്രദ്ധിച്ചു കേട്ടുകൊണ്ടിരുന്ന ഫാദർ ഫിലിപ്പ് തരകൻ സംസാരശേഷി നഷ്ടപ്പെട്ടവനെപ്പോലെ തെല്ലുനേരം സ്തബ്ധനായി നിന്നു. അദ്ദേഹത്തിന്റെ മുഖത്ത് തെളിഞ്ഞുവന്ന വികാരം ഏതു വിധമായിരുന്നുവെന്നു പറയുകവയ്യ! ഓർത്തഡോക്സ് സഭയിലെ യുവജന പ്രസ്ഥാനത്തിന് നേതൃത്വം നല്കുന്ന യുവവൈദികനായ അദ്ദേഹം ചോദ്യത്തിന്റെ പ്രസക്തി ഉൾക്കൊണ്ടുകൊണ്ട് സംസാരിച്ചു തുടങ്ങി. 'ജീവിതം കഷ്ടപ്പെടുവാൻ ദൈവം മനുഷ്യർക്കു നല്കിയിട്ടുള്ള വല്ലാത്ത കഷ്ടപ്പാടുതന്നെ' എന്ന ശലോമോന്റെ ജ്ഞാനവചനം അവസരോചിതമായി ഉദ്ധരിച്ച് സംസാരിച്ചു. അർത്ഥപൂർണ്ണമായ വാക്കുകളുടെ അനുസ്യൂത പ്രവാഹത്തിനൊടുവിൽ ജിനു തോമസ് ശാന്തനും

വികാരാധീനനുമായി കാണപ്പെട്ടു. പൊതുവേ ശാന്തനായ അയാളുടെ മുഖത്തിന് കുറച്ചുകൂടി ശാന്തത വന്നതുപോലെ. അലസമായി കിടന്നിരുന്ന തലമുടി കൈകൊണ്ട് ഒതുക്കിവെച്ച് അയാൾ അച്ചനോട് മൃദുസ്വരത്തിൽ പറഞ്ഞു: "ദൈവത്തെ ഞാൻ കുറ്റപ്പെടുത്തി പറഞ്ഞതല്ല. എത്ര കഷ്ടപ്പാടാണ് അവർ സഹിക്കുന്നത്. ജന്മനാ കൈ കാലുകളില്ലായിരുന്നുവെന്നു തോന്നിക്കുന്ന അവന്റെ മുഖത്തെ പ്രസന്നത അച്ചൻ ശ്രദ്ധിച്ചോ? ദൈവീകവും പ്രതീക്ഷ നിർഭരവുമായ ഊർജ്ജം നിറഞ്ഞു നില്ക്കുന്ന കണ്ണുകൾ. ജീവിതത്തിന്റെ അതിസങ്കീർണ്ണമായ ഗതിവിഗതികളിൽ ഞാൻ തല്പരനല്ല. പക്ഷേ, ഇത്തരം നിസ്സഹായകമായ അവസ്ഥകൾ കാണുമ്പോൾ..." വാക്കുകൾ അയാൾ മുഴുമിപ്പിച്ചില്ല. ഈ സമയം ജിനു തോമസിന്റെ കൺകോണുകളിൽ കണ്ണുനീർ നിറയുന്നത് ഞാൻ കണ്ടു. സഹാനുഭൂതിയുളവാക്കുന്ന ആ കാഴ്ച ജിനു തോമസിനെ മാത്രമല്ല ഞങ്ങളുടെ എല്ലാവരുടെയും ചിന്തകളെ അലോസരപ്പെടുത്തുകയും മനസ്സിനെ വേദനിപ്പിക്കുകയും ചെയ്തു എന്നതാണ് വാസ്തവം.

സൂര്യൻ കടലിലേക്ക് താഴുംവരെ ഞങ്ങൾ അറബിക്കടലിന്റെ തീരത്തെ മർനീഫ് ഗുഹാമുഖത്തിരുന്നു. കറുത്ത നിറം തോന്നിപ്പിച്ച ജലപ്പരപ്പിലൂടെ മീൻ പിടിക്കുന്നവരുടെ ചെറുവഞ്ചികൾ പോകുന്നുണ്ടായിരുന്നു. വീണ്ടും എന്റെ ഹൃദയം വിഷാദചിന്തകളാൽ നിറഞ്ഞു. ജീവിതത്തെക്കുറിച്ചുള്ള ദാർശനികമെന്നു തോന്നാവുന്ന ചില വിചാരങ്ങൾ ഒരേ മട്ടിൽ മനസ്സിൽ നിറഞ്ഞുനിന്നു. അത് മുമ്പിലത്തെപ്പോലെ മരണത്തോളമോ അതിനപ്പുറമോ പോയി. ജീവിതത്തിന്റെ അർത്ഥതലങ്ങൾതേടി ആഴങ്ങളിൽ അലയുവാൻപോന്ന തത്ത്വചിന്താപരമായ കഴിവുകളൊന്നും എനിക്കുണ്ടായിരുന്നില്ല. അങ്ങനെയൊരു കാഴ്ചപ്പാട് ഒരിക്കലും വെച്ചുപുലർത്തിയിരുന്നുമില്ല. പ്രതീക്ഷയുടെ അർത്ഥവത്തായ പുതുനാമ്പുകളായിരുന്നു ജീവിതമെനിക്കെന്നും. എന്നിട്ടും എന്തേ ഇങ്ങനെയൊക്കെ ചില ചിന്തകൾ! ധർമ്മാധർമ്മ ചിന്തകൾക്കും ഹൃദയത്തിലെ ആഗ്രഹങ്ങൾക്കുമപ്പുറം ജീവിതം ചിലപ്പോൾ അങ്ങനെയാണ്. അതു നല്കുന്ന അനുഭവങ്ങൾ ചിന്തകളിൽ സാരമായ മാറ്റങ്ങൾ ഉണ്ടാക്കിയേക്കാം. പ്രതിനിമിഷം വറ്റിപ്പോകുന്ന സ്നേഹവികാരങ്ങൾ സത്തയിൽ മറ്റെന്തുമാറ്റമാണ് വരുത്തുക.

സൂര്യൻ സമുദ്രത്തിൽ അന്തർദ്ധാനം ചെയ്തു കഴിഞ്ഞിരുന്നെങ്കിലും പടിഞ്ഞാറെ ചക്രവാള ഭിത്തിയിൽ മേഘങ്ങളെ ഭേദിച്ച് പ്രകാശകിരണങ്ങൾ രജതരേഖ പോലെ കാണാമായിരുന്നു. സമുദ്രത്തിനു മുകളിൽ താണു ചിതറിക്കിടന്നിരുന്ന വർണ്ണമേഘങ്ങൾ ചക്രവാളത്തെ മറയ്ക്കുവാൻ ശ്രമിക്കുന്നുണ്ടായിരുന്നു. സാന്ധ്യവെട്ടത്തിൽ മുക്സെയിൽ ബീച്ചിന്റെ ശോഭ മിഴിവാർന്ന് അങ്ങനെ കിടന്നു; ഐന്ദ്രിയ പ്രക്ഷേപങ്ങൾക്കപ്പുറം.

ഇതിനിടെ എപ്പോഴോ വീൽചെയറിലെ മകനേയുംകൊണ്ട് ആ മാതാപിതാക്കൾ പൊയ്ക്കഴിഞ്ഞിരുന്നു. സന്ദർശകരുടെ വരവ് കുറഞ്ഞു തുടങ്ങിയിരുന്നു. എന്നോടൊപ്പമുണ്ടായിരുന്നവർ തിരികെ പോകുന്നതിനെ

ക്കുറിച്ച് തിരക്കുകൂട്ടി. മടങ്ങിപ്പോകുന്നതിനുമുമ്പ് ഒരു ചായ കുടിക്കുവാൻ ക്ഷണിച്ചത് ബജി വറുഗീസായിരുന്നു. വാഹനം പാർക്കു ചെയ്തിരിക്കുന്നിടത്ത് സമുദ്രത്തിലേക്ക് നല്ല ദർശനമുള്ള കോഫിഹൗസിലേക്ക് ഞങ്ങൾ കയറി. വലിയ പുതുമയൊന്നും തോന്നാത്ത കെട്ടിടത്തിന്റെ ബാൽക്കണി പോലെയുള്ള ഭാഗത്ത് ഞങ്ങൾ ഇരുന്നു. അത് കടലിനഭിമുഖവും കടലിനുമീതെ എന്ന് തോന്നിക്കുന്നതുമായിരുന്നു. കട്ടികൂടിയ തടികൾ ഉപയോഗിച്ചു പണിത മേൽത്തട്ടും ഭാരവും ബലവുമുള്ള ഫർണീച്ചറുകളും ഒക്കെക്കൂടി ബാൽക്കണിപോലെയുള്ള ആ ഭാഗത്തിന് കാഴ്ചയിൽ പൗരാണികമായ പാശ്ചാത്യശൈലി തോന്നിപ്പിച്ചു.

അന്തരീക്ഷത്തിൽ തണുത്ത കാറ്റ് വീശുന്നുണ്ടായിരുന്നു. സൂര്യകിരണങ്ങൾ ഇപ്പോൾ ജലപ്പരപ്പിനു മീതെ എത്തുന്നുണ്ടായിരുന്നില്ല. എങ്കിലും ആ സായന്തന വെളിച്ചത്തിന് വേണ്ടത്ര ഊർജ്ജം പ്രസരിപ്പിക്കാൻ കഴിഞ്ഞിരുന്നു. വെള്ളത്തിലേക്ക് ഇറങ്ങിനില്ക്കുന്നുവെന്ന് കാഴ്ചയിൽ മാത്രം തോന്നിപ്പിച്ച ബാൽക്കണിയിൽ ഇരിക്കുമ്പോൾ കടലലകൾ കുത്തനെ താഴ്ചയിൽ വ്യക്തമായി കാണാമായിരുന്നു. പൂർവ്വഭാഗത്തായി പച്ചനിറം തോന്നിച്ചിരുന്ന കടലിപ്പോൾ പൂർണ്ണമായും കറുത്ത് ഇരുണ്ടതായിരിക്കുന്നു. വ്യത്യസ്ത നിറങ്ങൾ പ്രതിഫലിപ്പിക്കുന്ന അറബിക്കടലിന്റെ ലാസ്യഭാവത്തിലുള്ള ദൃശ്യം ഏറെ മനോഹരമായിരുന്നു.

കറുത്ത് ഇരുണ്ടതും മാദകത്വം തോന്നിച്ചതുമായ സമുദ്രത്തിന്റെ അനന്തതയിലേക്ക് നോക്കിയിരുന്നപ്പോൾ ഏതോ മഹാനിശ്ശബ്ദതയുടെ ഗാഢമായ ആലിംഗനത്തിലമർന്നതുപോലെ. എല്ലാ ശബ്ദ കോലാഹലങ്ങളും ഒഴിഞ്ഞ് ഇല്ലാതായതുപോലെ. സൗന്ദര്യത്തിന്റെയോ നിത്യതയുടെയോ മാസ്മരിക സ്പർശം അനുഭവിച്ചങ്ങനെയിരിക്കാൻ മനസ്സു മന്ത്രിച്ചു.

ഹോട്ടൽ ജീവനക്കാരൻ കൊണ്ടുവെച്ച കട്ടൻ ചായയിൽ പഞ്ചസാര ലയിപ്പിക്കുന്നതിനിടെ ഫാദർ തരകൻ തത്ത്വചിന്താപരമായ ചർച്ചകളിലേക്ക് കയറി. എന്നാൽ പാശ്ചാത്യരായ കുറേ സന്ദർശകർ അപ്പോൾ അവിടേക്കു വന്നതിനാൽ ചർച്ച തുടക്കത്തിൽത്തന്നെ അവസാനിപ്പിക്കേണ്ടി വന്നു. പച്ചയും കറുപ്പും കലർന്ന് ഇരുണ്ടനിറം തോന്നിച്ച കടലിലേക്ക് നോക്കിയിരുന്ന എന്റെ മാനസികാവസ്ഥ മനസ്സിലാക്കിയ മട്ടിലായിരുന്നു കൂടെയുള്ളവർ അപ്പോൾ പെരുമാറിയത്. അവർ തെല്ല് തന്ത്രപരമായി എന്നെ വിട്ട് സംസാരം തുടർന്നു. സംസാരത്തിലുടനീളം പുനലൂർ സ്വദേശിയായ ബിനു എബ്രഹാം ബേബി തമാശകൾ കോർത്തിണക്കി മറ്റുള്ളവരെ ആകർഷിച്ചു. പഠിച്ചിരുന്ന കാലത്ത് നാട്ടിൽ, പുരോഗമന പ്രസ്ഥാനവുമായി സമ്പർക്കം പുലർത്തിയിരുന്നതും ഒരു കേസിൽപ്പെട്ട് ഒളിവിൽപ്പോയ നാളുകളിൽ അനുഭവിച്ച യാതനകളെക്കുറിച്ചും അയാൾ വിവരിച്ചു. വിധി നിശ്ചയത്തെ തടയുവാൻ ആർക്കാണ് കഴിയുക? ഒടുവിൽ വീട്ടുകാർ വിസ തരപ്പെടുത്തി നാടുകടത്തിയതുമൊക്കെ തികഞ്ഞ ആത്മബോധത്തോടെ വിവരിക്കുമ്പോൾ അയാളുടെ കണ്ണുകളിൽ നിസംഗഭാവമായിരുന്നു.

ഹർഷോന്മാദിയായ അൽ ഷാത്ത്

കടുംതൂക്കായ ഗിരിശൃംഗത്തിൽനിന്നും കല്ലുകൊണ്ടു പടുത്ത പടവുകൾ ഇറങ്ങി ചെല്ലുന്നത് സമുദ്രത്തിലേക്കാണ്; ഏതാണ്ട് നാലായിരം അടി താഴ്ചയിൽ. കഷ്ടിച്ച് ഒരാൾക്കു മാത്രം നടന്നിറങ്ങാവുന്ന ദുർഘടമായ പാത, മലഞ്ചെരിവിലെ കല്ലുകൾക്കിടയിലും പാറകളുടെ വിള്ളലുകളിലും നിബിഡതയിൽ വളർന്നു നില്ക്കുന്ന കാട്ടിലൂടെയാണ്. അൽ ഷാത്ത് കുന്നിന്റെ പാർശ്വത്തിലൂടെ കുത്തനെയുള്ള ഇറക്കം ആയാസകരമാണ്. ആഴക്കടലിലേക്കുള്ള ദൃശ്യം സാധാരണ മനസ്സിനെ അധീരമാക്കാതിരിക്കില്ല; സാഹസീയരായ ജബലികൾക്ക്

പാദങ്ങൾ ചുംബിക്കുന്ന അറബിക്കടൽ (അൽഷാത്ത്)

ഈ അവരോഹണം സാദ്ധ്യമാണെങ്കിലും. കുറച്ചു ദൂരം ഇറങ്ങിക്കഴിഞ്ഞാൽ കല്പടവുകൾ അവസാനിക്കുകയായി. പിന്നീടങ്ങോട്ട് കുടുസ്സായ കാട്ടുവഴിമാത്രം. ദുർഘടമായ ഈ ഗൂഢപഥം ഇറങ്ങുന്നതിനിടെ പെട്ടെന്നാണ് അന്തരീക്ഷം മേഘസന്നിഭമായി മാറിയത്. അറബിക്കടലും ആഴവും ഇപ്പോൾ ദൃഷ്ടിക്ക് അഗോചരമായിത്തീരുന്നു. മുന്നിൽ അനന്തമായ ധവളപ്രപഞ്ചം മാത്രം. അപ്പോൾ ഗഹ്വര സമാനമായ ആ ഗിരിപഥത്തിൽ ഭയവിഹ്വലതയിൽ നിഷ്ക്രിയമായി മരുവുകയല്ലാതെ തരമില്ല.

ആഴക്കടലിലെ അലകളുടെ ഗർജ്ജനംപോലും ആദിമമായ നിശ്ശബ്ദതയിൽ നിമീലിതമാകുന്നു. ശൂന്യാകാശത്തിലെന്നപോലെ മേഘങ്ങളാൽ മൂടപ്പെട്ട ദുർല്ലഭമായി മാത്രം കാല്പാടുകൾ പതിഞ്ഞിട്ടുള്ള ആ ദുർഘട പാതയിൽ കിതച്ചു നില്ക്കേ അൽഫാ തോമസ് എന്നു വിളിക്കപ്പെടുന്ന കോട്ടയം സ്വദേശിയായ തോമസ് പറഞ്ഞു നമുക്ക് തിരിച്ചുപോകാം. കാലൊന്നു തെറ്റിയാൽ ശവക്കുഴിയുടെ മണമുള്ള പാതാളത്തിലാകും ചെന്നെത്തുകയെന്ന് എവിടെയോ വായിച്ചത് എന്റെ ഓർമ്മയിൽ വന്നു. പിന്തിരിഞ്ഞു നടക്കരുതെന്നാണല്ലോ യോഗാത്മകപാഠം. എന്നാൽ നിയോഗിക്കപ്പെട്ടവനല്ലേ ആ പാഠം പാലിക്കേണ്ടതുള്ളു. ഞാൻ പ്രയാണിയോ നിയോഗിക്കപ്പെട്ടവനോ അല്ലല്ലോ. പ്രകൃതിയുടെ ചാരുതയിൽ അഭിരമിക്കുക മാത്രമാണല്ലോ എന്റെ ലക്ഷ്യം. ലാവണ്യാത്മകതയൊഴികെ മറ്റൊരു നിയമവും ബാധകമല്ലെന്നാണ് ഗുരുനിത്യ ചൈതന്യയതി പറഞ്ഞിട്ടുള്ളത്. പിന്തിരിഞ്ഞു നടക്കുന്നതിനുള്ള ന്യായീകരണങ്ങൾ തേടുന്നതിനിടെ മേഘത്തിൽനിന്ന് കുന്നും സമുദ്രവും അനാവൃതമാക്കപ്പെടുന്നു. കാട്ടുചെടികൾക്കിടയിലൂടെ താഴെ അഗാധതയിൽ അറബിക്കടലിന്റെ നീലിമ ദൃശ്യമായി. ചെങ്കുത്തായ ഇറക്കത്തിന്റെ ഭീതി ഉള്ളിൽ അസഹനീയമായി. അടുത്ത കാല്വെയ്പിനുള്ള അന്തശ്ചോദന ക്ഷയിക്കുന്നതുപോലെ. നിയാമകമായ ഇച്ഛാശക്തിയറ്റു പോയിരിക്കുന്നു. ചകിതമായ മനസ്സിൽ ഭീതി ചുരമാന്തുന്നു. കാലുകൾ വിറയാർന്നു തുടങ്ങുന്നതിനിടെ പുരോയാനം ഉപേക്ഷിച്ച് പിന്നിട്ട വഴികളിലൂടെ തിരികെ നടന്നു. അവരോഹണത്തിലേറെ സമയം ആരോഹണത്തിനു വേണ്ടിവന്നു. മുകളിലെത്തുമ്പോൾ വല്ലാതെ പരിക്ഷീണരായിരുന്നു. മുറിഞ്ഞുപോയ മലയിറക്കത്തിന്റെ വ്യാകുലത മറക്കാൻ പിന്നെയും ഏറെ സമയം വേണ്ടിവന്നു.

മഞ്ഞുലഞ്ഞു കിടക്കുന്ന അൽഷാത്ത് ശൃംഗത്തിൽ സ്വയം നിവേദിച്ച് നില്ക്കുന്നതിനിടെയാണ് കൈരളി സാംസ്കാരിക സംഘടനയുടെ മുഖ്യ ഭാരവാഹികളിലൊരാളായ വിനയകുമാറിന്റെ വിളിവരുന്നത്. ഫോണെടുക്കുമ്പോൾ മനസ്സൊന്നു കുതിച്ചു തുള്ളിയെന്നതു വാസ്തവം. പെട്ടെന്നുതന്നെ ആ ആഹ്ലാദം പിൻവാങ്ങുകയും ചെയ്തു. അടുത്തു നടക്കാൻ പോകുന്ന ഒരു സാംസ്കാരിക സമ്മേളനത്തിൽ പങ്കെടുക്കുവാനുള്ള ക്ഷണമായിരുന്നു. എന്നാൽ സമ്മേളനം വ്യാഴാഴ്ച വൈകിട്ടായതിനാൽ ഔദ്യോഗികമായ ചില അസൗകര്യങ്ങൾ എനിക്കുണ്ടായിരുന്നു. സലാലയിലെ മലയാളികളുടെ ഹൃദയത്തെ തൊട്ടറിഞ്ഞു പ്രവർത്തിക്കുന്ന

സാംസ്കാരിക സംഘടനയാണ് കൈരളി.

ആ സംഘടനയിൽപ്പെട്ട സഖാക്കൾ തികച്ചും മൗലികമായ ജീവിത വീക്ഷണമുള്ളവരായിരുന്നു. സലാലയിലെ എന്റെ ആദ്യനാളുകളിൽ തന്നെ കണ്ണൂർ സ്വദേശിയായ വിനയകുമാറുമായി പരിചയപ്പെട്ടിരുന്നു. അക്കാലത്ത് അദ്ദേഹം ഇന്ത്യൻ സോഷ്യൽ ക്ലബ്ബിന്റെ മലയാള വിഭാഗത്തിന്റെ ഭാരവാഹിത്വം കൂടി വഹിച്ചിരുന്നു. എല്ലാ കാര്യത്തിലും അയാൾ പ്രത്യേക ശ്രദ്ധ പുലർത്തുന്ന വ്യക്തിയായി തോന്നിച്ചു. വസ്ത്രധാരണത്തിലും നടത്തത്തിലും പെരുമാറ്റത്തിലുമെല്ലാം. നിഷ്കളങ്കമായ ചിരിയും നന്നായി ഒരുങ്ങി ചേർന്നുനില്ക്കുന്ന മേൽമീശയും കാഴ്ചയിൽ അയാളെ വ്യത്യസ്തനാക്കി. ശിശു സഹജമായ ഒരു പരിവേഷം അദ്ദേഹത്തിന് ഉണ്ടായിരുന്നു. ഒരു വാഗ്മിയായിരുന്നില്ല. കുറഞ്ഞ വാക്കുകളിൽ, മൃദുല സംഭാഷണം അതായിരുന്നു അദ്ദേഹത്തിന്റെ ശൈലി. ആ സംഘടനയിൽ പ്രവർത്തിച്ചിരുന്ന വടകര സ്വദേശിയായ എ കെ പവിത്രൻ, ബാബുരാജ് മലപ്പുറം, കൂത്തുപറമ്പ് സ്വദേശി സി കെ പ്രകാശൻ തുടങ്ങി നിരവധി സഖാക്കളുമായി അടുത്തിടപഴകിയപ്പോൾ എനിക്ക് അവരോട് വളരെ ആദരവുതോന്നി. ജീവിതവൃത്തിക്കായി സലാലയിൽ വന്നവർ. ജീവിതായോധനത്തിനിടയിലും പിറന്ന നാടിന്റെ നല്ല ഭാവിയെക്കുറിച്ചുള്ള ചിന്തകൾ ഒരു കനലായി ഹൃദയത്തിൽ സൂക്ഷിക്കുന്നവർ. ആ കനൽ ചൂട് മറ്റുള്ളവരിലേക്ക് ഇറ്റിക്കൊടുക്കുന്നവർ. സ്വന്തം രാജ്യത്ത് വർദ്ധിച്ചുവരുന്ന ഫാസിസ്റ്റ് പ്രവണതയെക്കുറിച്ചുള്ള ഉൽക്കണ്ഠ അവരിൽ നിറഞ്ഞുനിന്നിരുന്നു. സലാലയിലെ കേരളീയർക്കിടയിൽ കർമ്മനിരതരായിരുന്ന ഇവർ ഗതകാല സ്മരണകൾ എന്നിലുണർത്തി.

ഹൈസ്കൂളിൽ പഠിക്കുന്ന കാലം. അടിയന്തരാവസ്ഥയുടെ ഭീതിദമായ നാളുകൾ. പിന്നീടുള്ള ദിനപ്പത്രങ്ങളിൽ അച്ചടിച്ചുവന്നിരുന്ന വാർത്തകളും രാഷ്ട്രീയ ലേഖനങ്ങളും വായിച്ചപ്പോഴുണ്ടായ ഉൽക്കണ്ഠകളും അസ്വാസ്ഥ്യങ്ങളും സ്വയം ഏറ്റുവാങ്ങിയിരുന്ന കാലം. സ്വാതന്ത്ര്യ സമര സേനാനിയും ഞങ്ങളുടെ സമാദരണീയ ഗുരുനാഥനുമായ കെ എ മാമ്മൻ സാറിൽനിന്നും ഉൾക്കൊണ്ട ഇന്ത്യൻ സ്വാതന്ത്ര്യ സമര ചരിത്രം എന്നിൽ ദേശസ്നേഹത്തിന്റെ വിത്തുകൾ പാകിയിരുന്ന കാലമായിരുന്നു അത്. ആ കാലഘട്ടങ്ങളിൽ സംഘടിക്കുകയും കൊലചെയ്യപ്പെടുകയും ചെയ്ത വിദ്യാർത്ഥികളുടെ ആത്യന്തികലക്ഷ്യം എന്തായിരുന്നുവെന്ന് എനിക്ക് ശരിക്കും പിടികിട്ടിയിരുന്നില്ല. എങ്കിലും അടിച്ചമർത്തപ്പെടുന്നവന്റെയും യാതന അനുഭവിക്കുന്നവരുടെയും ജീവിത നിലവാരം മെച്ചപ്പെടുത്തുക എന്നതായിരുന്നു അവരുടെ ലക്ഷ്യം എന്ന് ഞാൻ മനസ്സിലാക്കി. ഏതു പ്രതിസന്ധിയേയും നേരിടുന്നതിനുള്ള ത്വര ഹൃദയത്തിൽ സൂക്ഷിച്ചിരുന്ന വിദ്യാർത്ഥികളും യുവാക്കളുമായിരുന്നു സംഘടിച്ചവർ. അധികാരത്തിന്റെ ഉന്മാദത്തിലെത്തിയ സമയത്തായിരുന്നല്ലോ ശ്രീമതി ഇന്ദിരാഗാന്ധി അടിയന്തരാവസ്ഥ പ്രഖ്യാപിച്ചത്. അധികാരം നിലനിർത്താൻ വേണ്ടി ഒരു രാജ്യത്തെ ജനങ്ങളെയാകെ ബലികഴിക്കാൻ ഹൃദയ കാഠിന്യമുള്ള മൃഗീയ

മനുഷ്യർക്കു മാത്രം ചെയ്യാൻ കഴിയുന്ന കൃത്യം. എന്നാൽ മനുഷ്യനെ സ്നേഹിക്കുന്ന പുതിയ വിശ്വാസ പ്രമാണത്തിന്റെ ജീവിതക്രമം കെട്ടിപ്പടുക്കുവാൻ പുരോഗമന വിദ്യാർത്ഥി പ്രസ്ഥാനത്തിന്റെ പ്രവർത്തകർ അഭിലഷിച്ചു. അക്കാലത്ത് എനിക്ക് അവരോടൊപ്പം ചേരുവാനോ പ്രവർത്തിക്കുവാനോ കഴിയുമായിരുന്നില്ല. എന്നാൽ ഒരു ദശാബ്ദത്തിനുശേഷം ഞാൻ കലാലയത്തിൽ ചേരുകയും പ്രസ്ഥാനത്തിന്റെ ഭാഗമായി പ്രവർത്തിക്കുകയും ചെയ്തിരുന്നു. പക്ഷേ, അപ്പോഴേക്കും റഷ്യയിൽ 'ഗ്ലാസ്നോസും പെരിസ്ട്രോയിക്യയും' വരികയും ലോകമെങ്ങും ആഗോളീകരണത്തിന്റെ ധ്വജവാഹകർ ആധിപത്യം സ്ഥാപിച്ചു തുടങ്ങുകയും ചെയ്തിരുന്നു. ധനസമാഹരണത്തിനുള്ള വിസ്തൃത വാതിലുകൾ തുറക്കപ്പെട്ടു. വൈഷയിക പ്രേരണയ്ക്ക് സമൂഹം കണക്കിലേറെ വശംവദരായി. സംസ്കാരമെന്നത് വളരെ വേഗത്തിൽ ഉപഭോക്തൃ സംസ്കാരമായി മാറിക്കഴിഞ്ഞിരുന്നു.

സലാലയിലെ 'കൈരളി'യുടെ സാംസ്കാരിക പ്രവർത്തനങ്ങളിലും സംവാദങ്ങളിലും ഞാൻ ക്ഷണിക്കപ്പെട്ട അതിഥിയായി. സർവ്വംസഹയായ ഭൂമിക്ക് ചരമക്കുറിപ്പെഴുതിയ ഒ എൻ വിയുടെയും ഇന്ത്യൻ നീതിന്യായ വ്യവസ്ഥയ്ക്ക് അഭിമാനമായിരുന്ന ജസ്റ്റിസ് വി ആർ കൃഷ്ണയ്യരുടെയും അനുസ്മരണ സമ്മേളനങ്ങളിൽ പ്രഭാഷണം നടത്തി. തുടർന്ന് 'കൈരളിയുടെ' എല്ലാ സാംസ്കാരിക പ്രവർത്തനങ്ങളിലും എന്നെ ക്ഷണിച്ചത് എന്നിൽ അഭിമാനചിന്തയുണർത്തി. ഉദാത്തവും നീതിപൂർവ്വകവുമായ പ്രത്യയശാസ്ത്രത്തിന്റെ പ്രകാശം 'കൈരളി' പ്രവർത്തകരുടെ മുഖത്ത് കാണാമായിരുന്നു; ആദർശത്തിന്റെ തീനാളങ്ങൾ കണ്ണുകളിലും. വർഗ്ഗീയ ഫാസിസ്റ്റുകളിൽനിന്നു മുക്തമായ ഒരു ഇന്ത്യയെ അവർ സ്വപ്നം കാണുന്നു. പ്രവാസ ജീവിതത്തിലെ പരിമിതികൾക്കുള്ളിലും ആ നല്ല നാളേക്കായി അർപ്പണബോധത്തോടെ കഠിനാദ്ധ്വാനം ചെയ്യുന്ന സഖാക്കളെ ഊഷ്മളമായി അഭിവാദ്യം ചെയ്യുന്നു.

ബലദിയാ നിർമ്മിച്ചിട്ടുള്ള സംരക്ഷണ വേലിക്കരികെ നിന്നുകൊണ്ട് വീണ്ടും ഞാൻ താഴേക്കുനോക്കി. ആഴങ്ങളിൽ അറബിക്കടലിന്റെ അഗാധ നീലിമ. പിറകോട്ട് തള്ളിമാറ്റുവാൻ ശക്തിയുള്ള തണുത്തകാറ്റ് കടലിന്റെ അഗാധതയിൽനിന്നും വീശിയടിക്കുന്നുണ്ടായിരുന്നു. കാറ്റിന്റെ ഇരമ്പമൊഴിച്ചാൽ അൽഷാത്ത് ഗിരിശൃംഗം ഘനീഭവിച്ച മൗനത്തിൽ ആണ്ടുകിടന്നിരുന്നു. ഉച്ചസ്ഥായിയിലായിരുന്ന ശ്വാസോച്ഛ്വാസം സാധാരണയിലും വേഗം മന്ദഗതിയിലായി. വീശിയടിക്കുന്ന കാറ്റിൽ മഞ്ഞുതിരുന്നുണ്ടായിരുന്നു. നീരദങ്ങൾ താണിറങ്ങിവന്ന് അൽഷാത്തിനെ പ്രഭവിതമാക്കി. മഞ്ഞുതിരലിന് അനാമയ ശോഭയുണ്ടായിരുന്നു. ഭൂമിയിൽ വേരുകളില്ലാത്ത മേഘങ്ങളാൽ ശൈലശിഖരം പൂർണ്ണമായും മൂടിക്കിടന്നിരുന്നു. ആകാശം താണിറങ്ങി വന്നതുപോലെ.

ഇരുണ്ടതും നനഞ്ഞതുമായ പ്ലാറ്റ്ഫോമിൽ ഞാനിരുന്നു. ബാല്യത്തെ വീണ്ടെടുക്കുവാനും മേഘത്തിന്റെ ധവളപ്രകാശത്തിൽ അഭിരമിക്കുവാനും

മനസ്സ് കൊതിച്ചു. ഹർഷാതിരേകത്താൽ അൽഷാത്ത് മലനിര സ്പന്ദിച്ചു കൊണ്ടേയിരുന്നു. നിത്യതയിലേക്കെന്നോണം തുടർന്നുകൊണ്ടിരുന്ന ആഘോഷപരതയിൽ സ്വയം അലിഞ്ഞ് ഇല്ലാതെയാകുമ്പോലെ. കാറ്റിൽ നൃത്തം വെച്ചിരിക്കുന്ന ചെറിയ മരങ്ങൾ മഞ്ഞിൽ അപ്രത്യക്ഷമായിരിക്കുന്നു. എങ്കിലും, പ്രകൃതിയുടെ നിശ്ശബ്ദ ആയോധനത്തിൽ തളിരിട്ട വൃക്ഷങ്ങളും ഹരിതപ്രകാശം ദ്യോതിപ്പിച്ചിരുന്ന കുന്നുകളും ഇടയ്ക്കിടെ തെളിയുന്നുണ്ടായിരുന്നു. മേഘങ്ങൾക്കിടയിലൂടെ മഴപ്പുള്ളുകളോ വാനമ്പാടികളോ പറന്നു നടക്കുന്നു. ഇടയ്ക്ക് സ്വതന്ത്രമായി വീശുന്ന തണുത്ത കാറ്റിൽ മേഘങ്ങൾ തെന്നിനീങ്ങുകയും പറന്നകലുകയും ചെയ്തു. താരള്യത്തിന്റെ സാരദ്രവമണിഞ്ഞു കിടന്നിരുന്ന അൽഷാത്ത് മേഘമുക്തമാകുന്നത് പെട്ടെന്നാണ്. എത്രനാഴികകൾ മേഘങ്ങളാൽ മൂടപ്പെട്ടു കിടക്കും എന്നറിയില്ല. കാറ്റിന്റെ ഗതിക്കനുസരിച്ചായിരിക്കും ആ ഭ്രമക്കാഴ്ച. നിലാവുള്ള ഒരു രാത്രി മുഴുവനും ആ ഭ്രമക്കാഴ്ചയിൽ മുഴുകി അവിടെ താമസിക്കാൻ കഴിഞ്ഞിരുന്നെങ്കിൽ! എന്നാൽ അവിടെ താമസത്തിനുള്ള സൗകര്യമോ കൂടാരമടിക്കുന്നതിനുള്ള സുരക്ഷിതത്വമോ ഉണ്ടായിരുന്നില്ല.

ചിന്നിച്ചിതറി കിടന്നിരുന്ന കാർമേഘം താണിറങ്ങിയതിനാൽ വീണ്ടും അൽഷാത്ത് ഇരുണ്ടുമൂടി. ഇടതൂർന്ന കാർമേഘങ്ങൾ കാറ്റിൽ അടുത്തുവരികയും കടന്നുപോവുകയും ചെയ്തു. ദിവസങ്ങളായി പൊടിയുന്ന മഴയിൽ ഭൂമി നന്നേ തണുത്തു കിടക്കുന്നു. മേഘങ്ങൾ കറുത്തിരുണ്ട് ജബലിനെ മൂടാറുണ്ടെങ്കിലും ഖരീഫ് കാലങ്ങളിൽ കനത്ത മഴ പെയ്തിരുന്നില്ല. നനവാർന്ന മണ്ണിന്റെ മണം അന്തരീക്ഷത്തിൽ ലയിച്ചു കിടന്നിരുന്നു. കാറ്റിൽ ചെരിഞ്ഞു പെയ്യുന്ന മഴ മണ്ണിനു മീതെ നേരിയ ചാലുകൾ സൃഷ്ടിച്ച് കടുംതൂക്കായ കുന്നിന്റെ പാർശ്വങ്ങളിലൂടെ കടലിലേക്ക് ഒഴുകിപ്പോയി. കടലിലെത്തുവോളമേ അവയ്ക്ക് അസ്തിത്വമുള്ളൂ. സാഗരമണഞ്ഞുകഴിഞ്ഞാൽ പിന്നീടവയ്ക്ക് പുഴയായി ഒഴുകുവാനാകില്ല. സാഗരസത്തയിൽ സാക്ഷാൽക്കാരമണിയുന്ന പുഴ പിന്നെ സമുദ്രമായി തീരുന്നു. വീണ്ടും അവ എത്രയോ പക്ഷങ്ങളിലൂടെ കടന്നാണ് നീരാവിയായി മഴയായി ഭൂമിക്കു മീതെയെത്തുക. ഉദാരമായ ഖരീഫിൽ പുതുജീവനാർജ്ജിച്ച ജബലുകൾ ഹരിതശോഭയണിഞ്ഞുകിടന്നിരുന്നു. അദൃശ്യമായ സംവേദനം നിറവേറ്റിക്കൊണ്ട് പ്രകൃതിയുടെ ജീവത്തായ കാറ്റ് വീശുന്നതിനൊപ്പം അവ മൂടപ്പെടുകയും അനാവൃതമാക്കപ്പെടുകയും ചെയ്തു കൊണ്ടിരുന്നു.

കാർമേഘങ്ങളാൽ മൂടപ്പെട്ട പ്രകൃതിയും കടും പച്ചനിറത്തിൽ തളിർത്തും കുളിരാർന്നും കിടന്നിരുന്ന ജബലും കമ്മനിട്ടയുടെ കാട്ടാളനെ എന്നിലേക്കു കൊണ്ടുവന്നു. 'കാർമുകിലിന്റെ മുലപ്പാൽ കണ്ടു കൊതിച്ചുവളർന്ന' കാട്ടാളൻ. ആ കവിതയിലത്രയും സ്ഫുരിക്കപ്പെടുന്നത് സ്ത്രീയും പ്രകൃതിയും തമ്മിലുള്ള അഭേദത്വമാണോ ശുദ്ധീകരിക്കപ്പെട്ട ജീവരതിയാണോ? എന്തുമാകട്ടെ, ഉദാരമായി പ്രകൃതി ചിത്രങ്ങൾ വിന്യസിക്കപ്പെടുന്ന ശീലുകൾ കുറച്ചൊന്നുമല്ല മനസ്സിനെ സ്വാധീനിച്ചിരുന്നത്.

പ്രകൃതിയുമായുള്ള ലയമൂർച്ഛ ഇത്രമാത്രം തരളമായി മറ്റേതെങ്കിലും കവിതയിൽ വർണ്ണിക്കപ്പെട്ടിട്ടുണ്ടോ എന്നു സംശയമുണ്ട്.

ഹർഷോന്മാദിയായ അൽഷാത്തിനോട് വിടപറഞ്ഞ് തിരികെ നടക്കുമ്പോൾ, അനന്തവേഗങ്ങളാൽ വരിഞ്ഞു മുറുക്കപ്പെട്ട ഈ ജീവിതത്തിൽ ഇനി ഒരിക്കൽക്കൂടി ഇവിടെ ഈ പാരിസ്ഥിതിക ശ്രുതികളെ അനുധാവനം ചെയ്യുവാൻ സാധിക്കുമോ എന്ന വേദന മനസ്സിനെ ഗ്രസിച്ചിരുന്നു. എങ്കിലും നിസാദാർദ്രമായ ഒരു യാത്രയുടെ തുടക്കമായി അപ്പോൾ തോന്നി. അപ്പോഴും അഗ്നിയുടെയും ജലത്തിന്റെയും വിരുദ്ധ സ്വഭാവങ്ങൾ അന്തർവഹിച്ചിരുന്ന കറുത്തമേഘങ്ങൾ അൽഷാത്തിനെ മൂടിയിരുന്നു. ആ മേഘങ്ങളിൽനിന്നും ആകാശത്തിന്റെ കണ്ണീരുപോലെ മഴ പൊടിയുന്നുണ്ടായിരുന്നു. എന്നാൽ മഴയിൽ മേഘങ്ങളുണ്ടായിരുന്നില്ല.

അൽബലീദ് -
കുന്തിരുക്കത്തിന്റെ മ്യൂസിയം

അന്ന്, പ്രത്യേകിച്ചൊന്നും ചെയ്തുതീർക്കുവാനുണ്ടായിരുന്നില്ല. എവിടെയെങ്കിലും കുറച്ചുനേരം സ്വസ്ഥമായി ചെലവഴിക്കണമെന്നു വ്യഗ്ര തപ്പെട്ടിരിക്കുമ്പോഴാണ് മാത്യു മാമ്മൻ വിളിക്കുന്നത്. കഴിഞ്ഞ ഏതാനും ദിവസങ്ങളായി മനസ്സ് വല്ലാതെ വേദനപ്പെട്ടിരുന്നു; ഔദ്യോഗിക ജീവി തത്തിലെ വെളിപ്പെടുത്താനാവാത്ത ചില കാരണങ്ങളാൽ. പ്രശ്നങ്ങളോ ടുള്ള എന്റെ വൈകാരിക സമീപനവും അതിന് ഹേതുകമായിട്ടുണ്ടാവാം. സമൂഹത്തെ മഹാനിദ്രയിൽ നിന്നുണർത്താൻ ശ്രമിച്ചവർക്കൊക്കെ കുരി ശേറ്റമായിരുന്നല്ലോ എല്ലാക്കാലത്തും വിധിച്ചിട്ടുള്ളത്.

വർത്തമാനകാല ചരിത്രഗതി ശ്രദ്ധിച്ചാലറിയാം, ഓരോ ദേവസ്ഥാ നങ്ങളെന്നറിയപ്പെടുന്നിടത്തും ഒരു മേധാശക്തി ഊറ്റംകൊണ്ട് തെഴുത്തു വളർന്നുവരുന്നത്. മനുഷ്യനിലെ ജന്മവാസനയായ ആധിപത്യത്തിന്റെ സ്വാർത്ഥപരമായ രാഷ്ട്രീയ വിളയാട്ടമാണ് ഇതിനു പ്രേരകം. നിഷ്കള ങ്കരും നിർദ്ദോഷികളുമായ വിശ്വാസികളിൽ കുറച്ചുപേരുടെയെങ്കിലും പിൻബലം ഏതുവിധേനയും ഇക്കൂട്ടർ ആർജ്ജിച്ചിരിക്കും. ഈ പിൻബ ലമാണ് അവരുടെ പോഷകവീര്യം. മൗതീകത ലക്ഷ്യംവെക്കുന്ന സത്യാ ന്വേഷണത്തിന്റെ പാതയിലോ സാക്ഷാൽക്കാരത്തിന്റെ വെളിച്ചത്തിലോ അല്ല ഇവർ ചരിക്കുന്നത് എന്നതാണ് ആപല്ക്കരം. ചില സംഘടനാ രാഷ്ട്രീയത്തിന്റെ ദുഷിപ്പുകളെ മാതൃകയാക്കുന്നതിനാൽ ആത്മീയത യ്ക്കെതിരായ ധ്രുവശക്തിയായി ഇവർ മാറുന്നു. ചരിത്രത്തിന്റെ അഭിശ പ്തമായ ദശാസന്ധിയിലാണ് ഇവർ മതങ്ങളെ കൊണ്ടെത്തിച്ചിരിക്കുന്നത്. മതാത്മകരായ സാധാരണ ജനങ്ങൾ ഇതേക്കുറിച്ചൊന്നും ബോധവാന്മാ രായിരിക്കില്ല. ആധിപത്യശക്തികൾ തന്ത്രപൂർവ്വം മുമ്പോട്ടുവെക്കുന്ന ആത്മീയതയിലെ ആഘോഷപരതയിൽ ആസുരമായ ഓജസ്സ് മറഞ്ഞി

രിക്കുന്നത് അവരെങ്ങനെയറിയാൻ. ആധിപത്യത്തിന്റെ ഇത്തരം തമശക്തിയെ ഭക്തികൊണ്ടോ പ്രമാണങ്ങൾകൊണ്ടോ നേരിടുക സുഭദ്രമല്ല. ഇവരുടെ തന്ത്രങ്ങളെ ഭേദിക്കാൻ ഒരുമ്പെടുന്നവർ വൈദികനായാൽപ്പോലും ഒറ്റപ്പെട്ടു പോകയാണ് പതിവ്. മേധാശക്തികൾ മുമ്പോട്ടുവെക്കുന്ന മതസ്നേഹം കപടമാണ്. അത് മ്ലേച്ഛതയുടെ മൂർത്തിത്വമാണെന്നു ബോദ്ധ്യമുള്ള വൈദികൻ വൈഫല്യം ഭയന്നാലും കർമ്മശുദ്ധിയിലൂടെ ദൈവീക പ്രതിരോധം തീർക്കും. ക്രൂരമായ ആക്രമണത്തിനു വിധേയനാകേണ്ടി വരുമ്പോഴും നേർത്ത പ്രവാചകസ്വരത്തിൽ അയാൾ പറയുന്നുണ്ടാകും 'ആഘോഷത്തിന്റെ ആത്മീയത' ദൈവീകമല്ല. അത് സർവ്വനാശത്തിന്റെ കാളക്കുട്ടികളാണ്. പ്രവാചകരിൽ അഗ്രഗണ്യനായ മോശെയ്ക്കെതിരായി ഇത്തരം കാളക്കുട്ടികൾ ഉയർത്തപ്പെട്ടിട്ടുണ്ടല്ലോ. ദൈവീക സ്വാതന്ത്ര്യത്തിൽനിന്നും മനുഷ്യനെ അന്യവല്ക്കരിക്കുന്നതിനുള്ള വിഗ്രഹങ്ങളാണ് ഈ കാളക്കുട്ടികൾ.

ആഘോഷങ്ങളുടെ വിഷാണുക്കളാൽ പങ്കിലമാക്കപ്പെട്ടുകൊണ്ടിരിക്കുന്ന ക്രിസ്തു ശരീരത്തിന്റെ നൈർമ്മല്യം പുനർദത്തമാക്കാൻ ഒരു ബലിപുരുഷന്റെ രോദനത്തിനാകുമെന്നു കരുതുന്നത് മൗഢ്യമായിരിക്കാം. എങ്കിലും ഒറ്റപ്പെടലിന്റെ സന്നിഗ്ദ്ധഘട്ടങ്ങളിലും സ്വയം പീഡനമനുഭവിക്കുമ്പോഴും അയാൾ കർമ്മ വിശുദ്ധികൊണ്ട് അനുഷ്ഠിക്കുന്ന പ്രതിരോധം നിരർത്ഥമാകില്ലെന്ന് പ്രത്യാശിക്കാം. അർത്ഥശൂന്യമായ ആഘോഷങ്ങളുടെ ആത്മീയതയുമായി പലരും അനുരഞ്ജനോന്മുഖരാവുന്നത് ഉപരിതലവർത്തിയായ സുഖം കാംക്ഷിക്കുന്നതിനാലാകാം. സഭാഗാത്രത്തിന്റെ ജീവകോശങ്ങളിൽ പ്രവേശിക്കപ്പെട്ടിരിക്കുന്ന വിഷാണുക്കൾക്ക് വളരെ വേഗം തെഴുത്തു വളരുന്നതിന് സഭയുടെ സംഘടനാവല്ക്കരണം സഹായകമാകുന്നുണ്ടെന്ന് പലരും കരുതുന്നു. ഒറ്റപ്പെട്ടവനെങ്കിലും ദൈവീക തെരഞ്ഞെടുപ്പിലൂടെ മേഘസ്തംഭംപോലെ തന്റെ ധർമ്മ ശിരസ്സ് ഉയർത്തിപ്പിടിച്ച് തിന്മയുടെ ധ്രുവശക്തികളെ ചെറുക്കുക മാത്രമാണ് പോംവഴി. മൗനംപാലിക്കുകയെന്നത് അധീശശക്തികളുമായുള്ള ഗൂഢസഖ്യത്തിനു തുല്യമാണ്. ധർമ്മദീപങ്ങളെ ജ്വലിപ്പിക്കേണ്ടവർ തന്നെ അതിന്റെ ഹന്താക്കളായി മാറരുത്. ഊർജ്ജസരിത്തായി തീരേണ്ട ദേവസ്ഥലികൾ വ്യവഹാരാത്മകമായ നാമങ്ങൾക്കപ്പുറം ദൈവീകതയെ പ്രാപിക്കാൻ കഴിയുന്നിടമായി തീർന്നേ മതിയാകയുള്ളൂ.

നഗര സംഭ്രാന്തതയുടെ ആൾത്തിരക്കുകളിൽ നിന്നൊഴിഞ്ഞ് എവിടെയെങ്കിലും ഇത്തിരിനേരമിരിക്കണം എന്നുമാത്രമേ ഞങ്ങൾ ചിന്തിച്ചുള്ളൂ. അതുകൊണ്ട് അൽബലീദിലേക്ക് ഞങ്ങൾപോയി. കുന്തിരുക്കത്തിന്റെ മ്യൂസിയമെന്ന് പ്രധാന കവാടത്തിന്റെ മേല്ക്കൂരയിലെ ലിഖിതങ്ങളിൽ കൊത്തിവെച്ചിരിക്കുന്നു. കയറിച്ചെല്ലുന്നിടത്ത് പുരാവസ്തുക്കൾ സൂക്ഷിച്ചിരിക്കുന്ന കെട്ടിടസമുച്ചയം. ഒമാനി ജീവിതത്തിന്റെ ഗതകാല സ്മരണകളെ ഉണർത്തുവാൻ പോരുന്ന ചരിത്രത്തിന്റെ അടയാളങ്ങൾ അവിടെ സൂക്ഷിച്ചിരിക്കുന്നു. കെട്ടിടത്തിന്റെ വിശാലമായ മുറ്റത്ത് കുറച്ച്

കുന്തിരുക്കമരത്തിന്റെ തൈകൾ നട്ടിരിക്കുന്നു. അതല്ലാതെ കുന്തിരുക്കവുമായി ബന്ധപ്പെട്ട് ഒന്നും കണ്ടില്ല. മ്യൂസിയത്തിന്റെ പേരിൽ എന്തോ അന്തസാരശൂന്യതയുള്ളതുപോലെ എനിക്ക് തോന്നി.

ദോഫാറിലെ കുന്തിരുക്കം ലോകോത്തര മേന്മയുള്ളതും ശ്രേഷ്ഠവുമാണ്. കന്യാമറിയത്തിന്റെ മകനായി ജനിച്ച ക്രിസ്തുവിന് കാഴ്ചയായി സമർപ്പിക്കപ്പെട്ട കുന്തിരുക്കം ദോഫാറിൽ നിന്നു കൊണ്ടുവന്നതായി വിശ്വസിക്കപ്പെടുന്നു. ജബലുകളുടെ പ്രശാന്തിയിൽ ആസക്തികളേതുമില്ലാതെ കുറ്റിക്കാടുകൾക്കിടയിൽ പ്രകൃതിയെ പുണർന്നു നില്ക്കുന്ന ചെറുമരങ്ങളാണ് കുന്തിരുക്കം. ഭൂമിയുടെ ഉള്ളറകളിലേക്ക് നീളുന്ന വേരുകൾ ഖരീഫ് കാലത്ത് സ്വീകരിക്കുന്ന ജലാംശം സ്വാംശീകരിച്ച് വേനൽ വറുതികളെ അവ അതിജീവിക്കുന്നു. അന്തരീക്ഷത്തിൽ സ്വയം പടരുകയല്ലാതെ വന്മരങ്ങളായി ആകാശത്തിലേക്ക് ഉയരാറില്ല. ഋതുക്കളുടെ മാറ്റം വേഗം തിരിച്ചറിയുന്ന ജീവത്തായ കുന്തിരുക്ക മരങ്ങൾ ആർക്കൊക്കെയോ ആവാസ കേന്ദ്രമായി വർത്തിക്കുന്നു. തളിരുകളെ വിടർത്തുകയും സുഗന്ധം ജീവരസത്തിൽ സംവഹിക്കുകയും ചെയ്യുന്ന സസ്യചേതനയുടെ തൊലിചിന്തുകളിൽ ഊറിക്കൂടുന്ന കണ്ണീർകണങ്ങളാണ് കുന്തിരുക്ക മണികൾ. മനുഷ്യ ശരീരത്തിലെ ചയാപചയ പ്രക്രിയ മൂലമുണ്ടാകുന്ന ദുർഗ്ഗന്ധത്തിന് ശമൗഷധമായ കുന്തിരുക്കം ഏതാണ്ട് നൂറിലധികം ഇനങ്ങളുണ്ട്. അവ ദോഫോറിന്റെ വിവിധയിടങ്ങളിൽ തോട്ടങ്ങളായി നട്ടു വളർത്തി പരിപാലിക്കുന്നു. വേരിൽനിന്നും അഗ്രശാഖവരെയും പ്രവഹിച്ചുകൊണ്ടിരിക്കുന്ന ജീവരസം സുഗന്ധപ്പൊലിമയുള്ളതാണ്. ഇലകളുടെ ഹരിതകവും നിശ്ശബ്ദതയിൽ ഉൽഫുല്ലമാകുന്ന ചെറിയ പൂക്കളും പ്രകൃതിയുടെ സൗന്ദര്യമാണ്. ഈ സസ്യചേതന ആദ്ധ്യാത്മികമായൊരു സത്തയെ അന്തർവഹിച്ചിരിക്കുന്നു.

പുരാവസ്തുക്കൾ സൂക്ഷിച്ചിരിക്കുന്ന കെട്ടിടം ചുറ്റി ഞങ്ങൾ മുമ്പോട്ട് നടന്നു. കുറച്ചകലെയായി കടൽ കാണാം. നീളത്തിൽ തീരം തുരന്ന് കൃത്രിമ തടാകങ്ങൾ നിർമ്മിച്ച് അതിൽ സമുദ്രജലം നിറച്ച് സൃഷ്ടിച്ചിരിക്കുന്ന ലഗൂണുകൾക്ക് നീല നിറമായിരുന്നു. കല്ലുകൾ വിരിച്ചും ചരലുകൾ നിരത്തിയും ഭംഗിയിൽ കൈവരികൾ നിർത്തിയും തീരം മനോഹരമാക്കിയിരിക്കുന്നു. ലഗൂണിനു മറുകരയിൽ ഞാങ്ങണപ്പുല്ലുകൾ വളർന്നുനിന്നിരുന്നു. പ്രത്യേകം തയ്യാറാക്കിയിരുന്ന കുടിലിനുള്ളിലെ ഇരിപ്പിടങ്ങളിൽ ലഗൂണിനഭിമുഖമായി ഞങ്ങൾ ഇരുന്നു. അസ്തമയ സൂര്യന്റെ കിരണങ്ങളേറ്റ് അന്തരീക്ഷം പ്രശോഭിച്ചിരുന്നു. മനുഷ്യചേതനയിൽ വിസ്മയം സൃഷ്ടിക്കാൻ പോന്ന പ്രകൃതി. ആ സന്ധ്യയുടെ വെളിപാടുകളെ സ്വാംശീകരിക്കുവാൻ തക്ക മനസ്സായിരുന്നില്ല അപ്പോൾ എനിക്ക്.

കുറച്ചകലെയായി കടൽത്തീരത്ത് ഭഗ്നഭൂമിയായ അൽ ബലീദ്. ദൈവം മറിച്ചുകളഞ്ഞതെന്ന് ഒമാനികൾ വിശ്വസിക്കുന്ന പുരാതന തുറമുഖ പട്ടണം. സ്ഥലകാലങ്ങളിലൂടെയുള്ള ദൈവീക നിറവേറ്റലുകളെ നിത്യ യാഥാർത്ഥ്യമായി അവർ കരുതിപ്പോരുന്നു. തകർന്നടിഞ്ഞ ഒരു

സംസ്കൃതിയുടെ മഹത്തായ പ്രതീകബാഹുല്യങ്ങൾ ദൈവീക കണ്ണാടിയിലൂടെ നോക്കിക്കാണാനാണ് ഒമാനികൾക്കിഷ്ടം. പ്രാചീന സംസ്കാരത്തിന്റെ പ്രഗാഢശില്പങ്ങളെ കണ്ടെടുത്ത് ബ്രിട്ടീഷ് പുരാവസ്തു ഗവേഷകരുടെ യുക്തിസഹമായ അറിവുകളോടൊപ്പം ചേർത്തുവെക്കുമ്പോഴും വസ്തുനിഷ്ഠ അറിവിന്റെ ക്രമശോഭയേക്കാൾ മതാത്മക ചിന്താധാരകളോട് അൽബലീദിനെ കൊരുത്തു നിർത്താൻ ഒരു ജനതയ്ക്കു കഴിഞ്ഞിരിക്കുന്നു.

നട്ടുനനയ്ക്കപ്പെടുന്ന കുന്തിരിക്ക ചെടികൾ

മനുഷ്യന്റെ സ്വാർത്ഥപരമായ കൃത്രിമത്വങ്ങൾ ചാലുകീറി ഉണ്ടാക്കിയിരിക്കുന്ന ലഗൂണുകളിൽ ജലം നിശ്ചലമായി കിടന്നു. അതിജീവനത്തിന്റെ വഴികളിൽ സ്വാസ്ഥ്യം തേടിയലയുന്ന ഒരുപറ്റം ദേശാടനപ്പക്ഷികൾ അതിൽ പറന്നുവന്നിരുന്നു. സ്നേഹത്തിന്റെയും പ്രത്യാശയുടെയും പ്രതീകങ്ങളായ കൊറ്റികൾ. വംശത്തിന്റെ നിലനില്പിനുവേണ്ടി പതിനായിരക്കണക്കിന് ദൂരങ്ങൾ താണ്ടിയെത്തുന്ന കളങ്കമേതുമില്ലാത്ത വിഹംഗങ്ങൾ. ചലനാത്മകത മുഖമുദ്രയാക്കിയ അവ സന്തുലിതാവസ്ഥയുടെ ഹൃദ്യത അനുഭവിക്കുകയാണ്. ഇടയ്ക്കിടെ സംഘത്തലവൻ വലിയ ശബ്ദത്തിൽ നല്കിയിരുന്ന സൂചനാശബ്ദങ്ങൾ ലഗൂണിനു മീതെ മന്ദ്രമായി മാറ്റൊലിക്കൊണ്ടു. എന്റെ ഉള്ളിലെവിടെയോ ചൈതന്യത്തിന്റെ തിരയേറ്റമുണ്ടാകുന്നതുപോലെ, മനസ്സ് വിജ്രംഭിതമാകുന്നതുപോലെ. അസ്തിത്വത്തിന്റെ പൊരുൾ വെളിപ്പെട്ടു വരുന്നതുപോലെ. പ്രകൃതിയുടെ ഉദാരമായ കാരുണ്യം ആ സന്ധ്യ ഏറ്റുവാങ്ങിയിരിക്കുന്നു. കൊറ്റികൾ ലഗൂണിൽ ചെറുചുവടുകൾ വെച്ച് നടത്ത തുടർന്നുകൊണ്ടിരുന്നു. ചരാചരങ്ങൾ തമ്മിലുള്ള ആ ബാന്ധവം അവയ്ക്ക് സ്വാസ്ഥ്യമരുളി. ചരവും അചരവുമായ സർവ്വത്തെയും ബന്ധിച്ചുനിർത്തുന്ന സത്ത ദൈവീകത യല്ലാതെ മറ്റെന്താണ്. സമസ്തജീവികൾക്കും അനിവാര്യമായ സ്വസ്തി ഈ ബാന്ധവത്തിലാണ് ഉൾച്ചേർന്നിരിക്കുന്നത്. കാരുണ്യരഹിതമായ ശാസ്ത്രപുരോഗതിയിൽ നഷ്ടമായ സാന്ത്വനങ്ങളെ പ്രകൃതിയുടെ

പിന്നിലെ ആദ്ധ്യാത്മിക സത്തയിൽ തെരയുക. മാനവ സംസ്കൃതിയുടെ അതിജീവനം മതാത്മകസത്തയെ ആശ്രയിച്ചിരിക്കുന്നു. പാരിസ്ഥിതികവും ആദ്ധ്യാത്മികവുമായ പുനർനവത്തെ ആശ്രയിച്ചല്ലാതെ അതിജീവനം സാദ്ധ്യമല്ല. പ്രകൃതിയുടെ നിശ്ശബ്ദത, സംഗീത നിർഭരത, താളാത്മകത എല്ലാറ്റിനേയുംകുറിച്ച് മനുഷ്യൻ ബോധവാനാകേണ്ടതുണ്ട്. നഷ്ടമായ പാരിസ്ഥിതിക വിശുദ്ധി വീണ്ടെടുക്കുവാൻ മനുഷ്യനു കഴിയണം. പഞ്ചഭൂതങ്ങളുടെ ചേരുവയായ ശരീരം നിലനിർത്തുകയെന്നതുപോലും പാരിസ്ഥിതിക വിശുദ്ധിയുടെ വീണ്ടെടുപ്പിനെ ആശ്രയിച്ചിരിക്കും. സമഗ്രതയിൽ മനുഷ്യൻ പ്രകൃതിതന്നെയെന്ന സാകല്യദർശനത്തിലൂടെ വേണം നാളെയുടെ ചരിത്രം എഴുതപ്പെടാൻ.

മനുഷ്യനേയും ചരാചരങ്ങളെയും ഏതോ ബൃഹത്തായ യന്ത്രത്തിന്റെ ഭാഗമായി പരിമിതപ്പെടുത്തിയ ശാസ്ത്രപുരോഗതി ആദ്ധ്യാത്മിക പ്രകൃതി സങ്കല്പത്തെ തകർത്തുകളഞ്ഞിരിക്കുന്നു. ഒപ്പം മാനുഷികതയും തമസ്കരിക്കപ്പെട്ടു. മൂലധന വ്യാപനത്തിൽ മാത്രം ശ്രദ്ധാലുക്കളായ അധികാരശക്തികൾ ആസുരമായിവാഴുന്ന ലോകത്ത് പ്രകൃതിയുടെ ആദ്ധ്യാത്മികത ദർശിക്കുവാനുള്ള നേത്രങ്ങൾ നഷ്ടമായിരിക്കുന്നു. അതിന്റെ സംഗീത നിർഭരത കേൾക്കാനുള്ള ശ്രോത്രങ്ങൾ അശക്തങ്ങളായി തീർന്നിരിക്കുന്നു. തന്മൂലം നഷ്ടമാവുക നിത്യതയുടെ സൂര്യോദയം തന്നെയാണ്. മാനുഷികത ധ്വംസിക്കപ്പെടുകയും മനുഷ്യനും അവനധിവസിക്കുന്ന ഭൂമിയും വിസ്മരിക്കപ്പെടുകയും ചെയ്യുന്ന ആസക്തി ദുരന്തത്തിലേക്കുള്ള വാതായനം തുറവിയാണെന്നറിയുക.

ആർദ്രമായ ആ സന്ധ്യയിൽ, കടൽത്തീരപ്രകൃതിയുടെ ലാവണ്യതുടിപ്പുകളിൽ ഞാൻ ആമഗ്നനായി ഏറെനേരം ഇരുന്നു. ലഗൂണുകളും ജലരാശിയും പുൽപ്പടർപ്പുകളും ഭീതിയേതുമില്ലാതെ അഭിരമിക്കുന്ന കൊറ്റികളും സ്വർണ്ണച്ഛവി കലർന്ന സന്ധ്യാമേഘങ്ങളുമൊക്കെ പ്രകൃതിയെ ജ്ഞാനസ്നാനാത്മകമായ നിലയിൽ കാണാൻ പ്രേരിപ്പിച്ചു. മഹസ്സാർന്ന ആ അസ്തമയ മുഹൂർത്തത്തിൽ അതിന്ദ്രിയമായ സ്പർശത്താൽ ഉണർത്തപ്പെട്ടവനെപ്പോലെ മനസ്സ് ആഹ്ലാദിച്ചു. സംഘർഷഭരിതമായ ഔദ്യോഗിക ജീവിതത്തിന്റെ അലട്ടലുകളിൽ നിന്നകന്ന് ഇത്തിരിനേരം വെറുതേയിരിക്കുവാനാഗ്രഹിച്ച എനിക്ക് ആ സാഗരതീരം നല്കിയത് ആത്മസഫലീകരണത്തിന്റെ ധന്യ നിമിഷങ്ങളായിരുന്നു. വേദനകളകന്ന്, ഒരുന്മാദിയെപ്പോലെ അന്തിത്തുടുപ്പിൽ മുഗ്ദ്ധനായി നിന്നു. വെണ്മേഘങ്ങളിലേക്കെന്നപോലെ കൊറ്റികൾ ആകാശത്തിന്റെ അനന്തതയിലേക്കു പറന്നുപോയി. അപ്പോൾ തിരകൾക്കുമീതെ മുഴങ്ങിക്കൊണ്ടിരുന്ന പാരങ്ഗശ്രുതി ഏതോ മന്ത്രധ്വനിപോലെ രഹസ്യാത്മകമായിരുന്നു.

ഹാസിക്കിലെ ഉദയവെളിച്ചം

ഹാസിക്കിലെ പ്രശാന്ത തീരം

പ്രകൃതിയെ അതിന്റെ ജൈവ സാകല്യത്തിൽ അനുഭവിക്കുകയെന്നത് വിവേകപൂർണ്ണമായ ആദ്ധ്യാത്മികതയാണ്. അത്തരമൊരു ഇന്ദ്രിയാതീത അനുഭവത്തിലേക്കാണ് ആ യാത്ര എന്ന് ഞാൻ ചിന്തിച്ചിരുന്നതേ

യില്ല. ഒരുപാടു ദൃശ്യവിസ്മയങ്ങളും നിഗൂഢതകളും കലർന്നു കിടക്കുന്ന സ്ഥലരാശിയാണ് ഹാസിക്. ഈ ഭൂവിഭാഗത്തിന് അതിന്റേതായ തനിമ യുണ്ട്. ഒമാന്റെ പൂർവ്വ ഭാഗത്തേക്ക് നീളുന്ന ദേശീയ പാതയിലൂടെ സലാ ലയിൽനിന്നും ഇരുന്നൂറ് കിലോമീറ്റർ.

ഭൂമിയെ ആരാണ് കൂടുതൽ മലിനമാക്കുന്നതെന്നോ തരിശിന്റെ ഉടമ ആരെന്നോ നിർണ്ണയിക്കുന്നതിന് പാരീസിൽ സാമ്രാജ്യ ഉച്ചകോടി നടന്നു കൊണ്ടിരിക്കുന്ന അപരാഹ്നത്തിലാണ് ഞങ്ങൾ യാത്രപുറപ്പെടുന്നത്. ദാരീസിലെ ദിവാന്റെ തോട്ടം എന്നറിയപ്പെടുന്ന വിസ്തൃതമായ കൃഷി ഭൂമിയും മെമ്മൂറാ പാലസും കടന്ന് കിഴക്കിനഭിമുഖമായി ഞങ്ങൾ യാത്ര ചെയ്തു. ഒരു സർഗ്ഗപ്രക്രിയപോലെ തോമസ് ജോർജ്ജച്ചൻ കാറോടിച്ചു. ഇടയ്ക്ക് ഒട്ടകക്കൂട്ടങ്ങൾ നിഷ്കളങ്ക ശിരസ്സുകൾ ഉയർത്തിപ്പിടിച്ച് റോഡു മുറിച്ച് കടന്നുപോയി. മുമ്പ് കർണ്ണാടകത്തിലെ ദാണ്ടെലി, വൈൽഡ് ലൈഫ് സാങ്ചറിയിൽവെച്ച് കണ്ടിട്ടുള്ള രംഗങ്ങൾ പെട്ടെന്ന് ഓർമ്മ യിൽ വന്നു. അവിടെ കാട്ടുപോത്തുകളാണ് മാർഗ്ഗതടസ്സം സൃഷ്ടിക്കുക. തലയുയർത്തിപ്പിടിച്ചുള്ള അവയുടെ ആസുരമായ നോട്ടം. നെറ്റിത്തട ത്തിലെ വെള്ള രോമങ്ങളുടെ വിജ്രംഭണം. അർദ്ധവൃത്താകൃതിയിൽ വീശി നില്ക്കുന്ന ബലിഷ്ഠമായ കൊമ്പുകൾ. ഒരിക്കൽ ബൽഗാമിൽനിന്ന് ദാണ്ടെലിയിലേക്ക് ബസിൽ യാത്രചെയ്യുമ്പോൾ ഗണേഷ്ഗുഡിയിലെ കാട്ടുപാതയിൽ വെച്ചുകണ്ട മഹിഷത്തിന്റെ ചിത്രം ഇപ്പോഴും മനസ്സി ലുണ്ട്. ദൃഢതയാർന്ന ചുവടുറപ്പിച്ചുള്ള ആ നില്പ് അതിന്റെ ഏറ്റം നൈസർഗ്ഗികതയിൽ കണ്ടമാത്രയിൽ തന്നെ ഉള്ളിൽ ഭീതിയുടെ തരംഗ ങ്ങൾ പാഞ്ഞു.

ആധുനികതയുടെ പരിവേഷങ്ങൾ ചാർത്തപ്പെട്ട് വളരെ വേഗം പുരോഗമിച്ചുകൊണ്ടിരിക്കുന്ന താഖയിൽനിന്നു കുറച്ചുദൂരം ചെല്ലുമ്പോൾ ഹോർറോഹിയെന്ന സ്ഥലത്തേക്കുള്ള ചൂണ്ടുപലക കാണാം. അവിടെ നിന്ന് വലത്തേക്ക് തിരിഞ്ഞുചെല്ലുന്ന സമുദ്രതീരത്താണ് ഷേബാ രാജ്ഞി പണി കഴിപ്പിച്ചതായി പറയപ്പെടുന്ന കൊട്ടാരത്തിന്റെ അവശിഷ്ടങ്ങൾ. അവിടേക്കുള്ള യാത്ര മറ്റൊരവസരത്തിലേക്ക് മാറ്റിവെച്ച് ദേശീയ പാത യിലൂടെ ഞങ്ങൾ യാത്ര തുടർന്നു. നാലുവരി പാതയാക്കി പുനർനിർമ്മി ക്കുന്നതിനാൽ നിരത്തിലുടനീളം പണി നടക്കുന്നുണ്ടായിരുന്നു. സുഗമ മായ യാത്രയ്ക്ക് താല്ക്കാലിക റോഡുകൾ നിർമ്മിച്ച് ടാറിട്ടും ആവശ്യ മായ മുന്നറിയിപ്പ് സംവിധാനമൊരുക്കിയുമാണ് പുനർനിർമ്മാണജോലി കൾ നടത്തുന്നത്. ജനത്തിന്റെ ആവശ്യങ്ങളെ അറിയുകയും മാനിക്കു കയും ചെയ്യുന്ന ഭരണാധികാരികളെ സമാദരം സ്മരിക്കുന്നു. വാദി ദർബാ ത്തിലേക്കുള്ള വഴിയും പിന്നിട്ട് മുമ്പോട്ടുപോകുമ്പോൾ മിഴിവോടെ മരു ഭൂമി പ്രത്യക്ഷീഭവിക്കുന്നു. കുട്ടിക്കാലത്ത്, ചിരട്ടയിൽ മണ്ണുവാരി നിറച്ചു ണ്ടാക്കിയ ചക്കരക്കൂനകളെ ഓർമ്മിപ്പിക്കുന്ന ചെറിയ കുന്നുകൾ. അതി ലേക്ക് പാളിവീഴുന്ന ശിശിരകാല വെളിച്ചത്തിൽ മരുഭൂമിയുടെ ചാരുത വർദ്ധിക്കുന്നു.

ഏകദേശം പതിനഞ്ചു കിലോമീറ്ററുകൾ താണ്ടുമ്പോൾ മിർബാത്തെന്ന തീരദേശഗ്രാമം. ഒമാനികളുടെ പ്രതീക്ഷാഭരിതമായ മത്സ്യബന്ധന സ്ഥലം. ഒരു കാലത്ത് മത്സ്യസമ്പത്ത് ധാരാളമായി ലഭിച്ചിരുന്ന കടൽത്തീരം. ഇപ്പോൾ പഴയ പ്രതാപത്തിനു മങ്ങലേറ്റിരിക്കുന്നതായി സ്വദേശികൾ പറയുന്നു. തീരക്കടലിൽ മത്സ്യബന്ധന ബോട്ടുകൾ നിര നിരയായി കിടക്കുന്ന കാഴ്ച രസകരമാണ്. ഓളപ്പരത്തിൽ ആടിയുലയുന്ന യാനപാത്രങ്ങൾ. ആഴിയുടെ സൗമ്യഭാവം വെളിപ്പെടുത്തുന്ന തീരം. തീര മണഞ്ഞിരിക്കുന്ന ബോട്ടിനടുത്തേക്ക് ഞങ്ങൾ നടന്നു. പിടിച്ചുകൊണ്ടു വന്ന മത്സ്യങ്ങളെ തരംതിരിച്ച് കണ്ടെയ്നറുകളിൽ നിറയ്ക്കുന്ന ജോലി നടക്കുന്നു. തൊഴിലാളികളിലേറെയും ബംഗാളികളും പാകിസ്ഥാനികളുമാണ്. മുമ്പുണ്ടായിരുന്നെങ്കിലും മലയാളികൾ ഇപ്പോൾ ഈ രംഗത്ത് തീരെ ഇല്ല. ജീവന്റെ തുടിപ്പ് നിലച്ചിട്ടില്ലാത്ത ഷത്രുക്കും ശാരിയും തക്കുവയും ഐക്കൂറയുമൊക്കെ ശീതീകരിച്ച ആധുനിക വാഹനങ്ങളിലേക്ക് മാറ്റപ്പെടുന്നു. കേടാകാതെയിരിക്കാനുള്ള രാസവസ്തു പ്രയോഗങ്ങളൊന്നും ഇവിടെയില്ല. എന്നാൽ കടൽ തന്നെ രാസവിഷ വസ്തുക്കളാൽ മലിനമാക്കപ്പെട്ടിരിക്കുന്ന അഹിതകരമായ യാഥാർത്ഥ്യം എത്രപേർ അറിയുന്നു?

ചരാചരങ്ങളുടെ നിലനില്പിനാധാരമായ പ്രകൃതിദത്ത സ്രോതസ്സായ ജലം മലിനപ്പെട്ടിരിക്കുന്നു. ആണവ റിയാക്ടറുകൾ, പരീക്ഷണശാലകൾ, ആശുപത്രികൾ എന്നിവിടങ്ങളിലെ റേഡിയോ ആക്ടീവ് അവശിഷ്ടങ്ങൾ, ആണവ സ്ഫോടനങ്ങളിൽ പുറന്തള്ളപ്പെടുന്ന ധൂളികൾ, ഫാക്ടറികളിൽനിന്നുള്ള രാസവസ്തുക്കളുടെ അവശിഷ്ടങ്ങൾ, പ്ലാസ്റ്റിക് മാലിന്യങ്ങൾ എന്നിങ്ങനെയെത്രയെത്ര വിഷലിപ്തമായ ഉറവിടങ്ങളാണ് ജലരാശിയെ മലിനമാക്കുന്നത്. കൃഷിയിടങ്ങളിലെ കീടനാശിനികളും രാസവസ്തുക്കളും വേറെയും. കൊളറാഡോവിലെ റോക്കി മൗണ്ടനിൽ യുദ്ധസാമഗ്രികൾ നിർമ്മിച്ചിരുന്ന കേന്ദ്രത്തിലെ രാസമാലിന്യങ്ങൾ സമീപത്ത് കുളങ്ങൾ നിർമ്മിച്ച് അതിലേക്ക് ഒഴുക്കിയിരുന്നു. ആ കുളങ്ങളിൽനിന്ന് ഫ്ളൂറൈഡുകളും ആഴ്സിനലുകളും കലർന്ന മലിനജലം ഭൂമിയുടെ അധോപരിതലത്തിലൂടെ ഒഴുകി ഏഴെട്ടുവർഷങ്ങൾകൊണ്ട് അനേക മൈലുകൾക്കപ്പുറത്തുള്ള കിണറുകളിൽ എത്തി. ആ പ്രദേശങ്ങളിലെ മനുഷ്യരിലും കന്നുകാലികളിലും വിശദീകരണ സാദ്ധ്യമല്ലാത്ത രോഗങ്ങൾ റിപ്പോർട്ട് ചെയ്യപ്പെട്ടപ്പോൾ മാത്രമാണ് ഭീതിദമായ ജലമലിനീകരണത്തെപ്പറ്റി ശാസ്ത്രലോകം അറിയുന്നത്. ആ മലിനീകരണത്തെ നിയന്ത്രിക്കുന്നതിനോ വ്യാപനം തടയുന്നതിനോ അധികൃതർക്ക് കഴിഞ്ഞതുമില്ല. രാസവസ്തുക്കളുടെ ഉപയോഗം വർദ്ധിച്ചതോടെ ജലമലിനീകരണത്തിന്റെ ഭവിഷ്യത് സൂചനകൾ കണ്ടുതുടങ്ങിയിരിക്കുന്നു. ജലശുദ്ധീകരണം ഒരു സങ്കീർണ്ണ പ്രശ്നമായിത്തീർന്നിരിക്കുന്നു. ശുദ്ധീകരണ പ്ലാന്റുകൾക്ക് രാസമാലിന്യങ്ങളെ കണ്ടുപിടിക്കാൻ കഴിയുന്നില്ലെന്നത് വിപത്തിന്റെ ഗൗരവം വർദ്ധിപ്പിക്കുന്നു. കീടനാശിനികളിലെ കാർബ

ണികഘടകം മണ്ണിൽ കിനിഞ്ഞും അരുവികളിലും നദികളിലും നേരിട്ട് വീണും ജലരാശിയിലേക്കുള്ള ഒഴുക്ക് ത്വരിതഗതിയിലാകുന്നു. നമ്മുടെ പൊതു ശുദ്ധജലവിതരണ ഉറവിടങ്ങൾ ഭൂരിഭാഗവും നദികളിലാണെന്ന വസ്തുത കൂടി നാം ഓർക്കുക.

1960 കളിൽ അമേരിക്കൻ വനപ്രദേശങ്ങളിൽ മുകുളപ്പുഴുക്കളെ നിയന്ത്രിക്കാൻ ഡി ഡി ടി തളിക്കയുണ്ടായി. തളിച്ചിടത്തുനിന്ന് മുപ്പതുമൈൽ ദൂരെ ഉൾക്കടലിൽ മത്സ്യങ്ങൾ ചത്തു പൊങ്ങിയപ്പോഴാണ് അന്വേഷണം നീളുന്നത്. ഉൾക്കടലിൽനിന്നു ശേഖരിച്ച മത്സ്യങ്ങളുടെ ഉള്ളിൽ ഡി ഡി ടിയുടെ സാന്നിദ്ധ്യം കണ്ടെത്തിയപ്പോൾ മാത്രമാണ് സമുദ്രജലം മലിനമാക്കപ്പെട്ടിരിക്കുന്നതായി ശാസ്ത്രലോകം അറിയുന്നത്. ഭൂഗർഭ അരുവികൾ വഴിയോ ഉപരിഭാഗത്തു കൂടിയോ ധൂളി കണക്കേ വായുവിലൂടെയോ എങ്ങനെ ഈ രാസമാലിന്യം ഉൾക്കടലിൽ എത്തിയെന്നറിയില്ല. എങ്ങനെയായാലും സമുദ്രജലത്തിന്റെ മലിനീകരണം അസ്വാസ്ഥ്യജനകമാണ്. മണ്ണിലേക്ക് ഒലിച്ചിറങ്ങുന്ന ജലം അധോപരിതലത്തിൽ സദാ ചലനാത്മകമായ സമുദ്രമായിത്തീരുന്നു. അതിനാൽ ഭൂഗർഭ ജലമലനീകരണം ആഗോള വ്യാപകമായ ജലമലിനീകരണമാണ്.

ഭൂഗർഭജലവും സമുദ്രജലവും മലിനീകരിക്കപ്പെടുമ്പോൾ അത്യന്തം അപകടകരമായ ചില സംഗതികൾ സംഭവിക്കാം. രാസവസ്തുക്കളുടെ സംയോഗത്തിലൂടെ വിനാശകരമായ രാസപദാർത്ഥങ്ങൾ രൂപപ്പെടാമെന്ന് ശാസ്ത്രലോകം ആശങ്കപ്പെടുന്നു. ഉത്തരകേരളത്തിലെ കശുമാവിൻ തോട്ടങ്ങളിൽ തളിച്ച എൻഡോസൾഫാൻ കീടനാശിനിയുടെ സാന്നിദ്ധ്യം കായലുകളിൽ അമിതമായ തോതിൽ കണ്ടെത്തിയിരുന്നു. ഇതിലെ രാസഘടകങ്ങളും ആമസോൺ കാടുകളിൽ തളിച്ച ഡി ഡി ടി, ആഴ്സനിൽ പദാർത്ഥങ്ങളും ഭൂഗർഭജല സഞ്ചാരത്താലോ സമുദ്രജല ഒഴുക്കിനാലോ കൂടിക്കലർന്ന് അനുകൂല ഊഷ്മാവിലോ പ്രകാശത്തിലോ പ്രതിപ്രവർത്തനം നടന്നാൽ അവയിൽനിന്ന് അപകടകാരിയായ എന്തെല്ലാം രാസപദാർത്ഥങ്ങളാണുണ്ടാവുകയെന്നത് ആർക്കാണ് പ്രവചിക്കാനാവുക? അടുത്തകാലത്ത് തിമിംഗലങ്ങളും മത്സ്യങ്ങളും കൂട്ടത്തോടെ ചത്തു പൊങ്ങുന്നത് ഇത്തരം അപകടത്താലല്ലെന്ന് പറയാൻ കഴിയുമോ? വിപുലമായ തോതിൽ പുഴകളിലേക്കു തള്ളുന്ന റേഡിയോ വികിരണശേഷിയുള്ള അവശിഷ്ടങ്ങളിലും രാസവസ്തുക്കളിലും ഇത്തരം രാസപ്രവർത്തനം ഉണ്ടാകാം. രാസവസ്തുക്കളുടെ ഈ വിധത്തിലുള്ള സ്വഭാവമാറ്റം നിയന്ത്രണ വിധേയമല്ലെന്ന് ശാസ്ത്രലോകം പറയുന്നു.

ജലത്തിൽ വർഷിക്കപ്പെടുന്ന വിഷം ക്രമേണ പ്രകൃതിയുടെ ചാക്രികതയിലേക്ക് പ്രവേശിക്കുന്നു. രാസമാലിന്യങ്ങൾ കലർന്ന വെള്ളം നീരാവിയായി, മഴയായി പെയ്യുമ്പോൾ അത് അമ്ലമഴയായും വിഷമഴയായും ഭവിക്കുന്നു. വിഷമഴയേറ്റ് മണ്ണിൽ വിളയുന്ന ഫലങ്ങൾ ഭക്ഷിക്കുന്ന മനുഷ്യനിലും പുല്ലുതിന്നുന്ന പശുവിന്റെ പാലിലും വിഷാംശം കലരുന്നു. മഴവെള്ളം കലരുന്ന ജലരാശിയിൽ കഴിയുന്ന മത്സ്യങ്ങളും മത്സ്യങ്ങളെ

തിന്നുന്ന കൊറ്റികളും കൊക്കുകളും ചാകുന്നതും ഈ പ്രതിഭാസത്തിന്റെ തിക്തഫലമത്രെ. ചുരുക്കത്തിൽ ചരവും അചരവുമായ ജീവജാലത്തെ ആകെ മരണത്തിലേക്കു തള്ളിവിടുന്ന നിന്ദ്യവും ക്രൂരവുമായ പ്രവൃത്തിയാണ് ജലമലിനീകരണത്തിലൂടെ അവിവേകിയായ മനുഷ്യൻ ചെയ്തു കൊണ്ടിരിക്കുന്നത്. കീടനാശിനികൾ തളിക്കുമ്പോഴോ അതിനടുത്ത വർഷങ്ങളിലോ അല്ല ദശവർഷങ്ങൾക്കു ശേഷമാകാം ഇത്തരം വിപത്തുകൾ പ്രത്യക്ഷപ്പെടുക. കുടിവെള്ള ഉപയോഗത്തിലൂടെതന്നെ അർബ്ബുദ വിപത്ത് സമീപഭാവിയിൽ വർദ്ധിക്കുമെന്ന് ഡോ. ഡബ്ല്യു സി ഹ്യൂപ്പർ മുന്നറിയിപ്പു നല്കിയിരുന്നു. (ജലമലിനീകരണ വിപത്തു സംബന്ധിച്ച് മുകളിൽ നല്കിയിരിക്കുന്ന വിവരങ്ങൾ ശേഖരിക്കുന്നതിന് അവലംബമാക്കിയ *സൈലന്റ് സ്പ്രിങ്* എന്ന ഗ്രന്ഥത്തോടും അതിന്റെ ഗ്രന്ഥകർത്താവും പരിസ്ഥിതി പ്രവർത്തകയുമായ റേച്ചൽ കഴ്സനോടും കടപ്പെട്ടിരിക്കുന്നു.)

മിർബാത്തിനോടും ബോട്ടുകളോടും വിടപറഞ്ഞ് ഞങ്ങൾ സദ്ധയിലേക്ക് യാത്ര തുടർന്നു അറുപതു കിലോമീറ്റർ എന്ന ബോർഡ് കടന്ന് മുമ്പോട്ടു നീങ്ങുമ്പോഴാണ് തെളിഞ്ഞ ആകാശത്തിൽ ആ കാഴ്ച ശ്രദ്ധയിൽപ്പെട്ടത്. റോക്കറ്റ് വിക്ഷേപിക്കുമ്പോൾ പുറന്തള്ളുന്നതുപോലെ പൂർവ്വാകാശത്തോളം നീളുന്ന ധൂമരേഖ. വല്ല യുദ്ധവിമാനവും പോയതാകാം എന്ന് തോമസച്ചൻ പറഞ്ഞു. സദ്ധയിലെത്തുവോളം തെളിഞ്ഞ ആകാശത്തിൽ വരച്ചിട്ടപോലെ ആ ധൂമ പടലം കാണാമായിരുന്നു.

പാതയുടെ ഇടതുവശത്തായി ആകാശത്തോളം ഉയർന്നുനില്ക്കുന്ന മലനിര. കല്ലുകളും പാറകളും മാത്രമുള്ള മലകൾ. മറുവശത്തെ താഴ്വാരത്തിൽ കറുത്തതും ചുവന്നതും ഇരുമ്പയിരിന്റെ നിറമുള്ളതുമായ കൊച്ചു കൊച്ചു കുന്നുകൾ. കുന്നുകളിൽ നിന്നു കുന്നുകളിലേക്കു നീളുന്ന സൂര്യരശ്മിയുടെ പ്രകാശ ശ്യംഖല. അതിന്റെ ക്ഷണികഭാസിലൂടെ ജീവനാളുന്ന ചേതന. തെളിഞ്ഞതും നല്ല പ്രകാശമുള്ളതുമായ ഒരു ദിവസമായിരുന്നു. ഇരുവശങ്ങളും മണ്ണെടുത്തിട്ടിരിക്കുന്ന നിരത്തിലൂടെ സുപരിചിതനെന്നപോലെ തോമസ് ജോർജ്ജച്ചൻ വേഗതയിൽ കാറോടിച്ചു. ചുവപ്പും മഞ്ഞയും നിറങ്ങളുള്ള റിഫ്ളക്ടർ ജാക്കറ്റുകളും ഹെൽമെറ്റും ധരിച്ച തൊഴിലാളികൾ കൈയിൽ ചുവന്ന കൊടിയും പിടിച്ച് റോഡുനിർമ്മാണത്തിന്റെ മുന്നറിയിപ്പുകൾ നല്കിക്കൊണ്ട് ഇടയ്ക്കിടെ നില്ക്കുന്നു. നേരം ഉച്ച കഴിഞ്ഞിരുന്നെങ്കിലും നല്ല പ്രസരിപ്പും ഉത്സാഹവും തോന്നി. സീർമരങ്ങൾ വളർന്നുനിന്നിരുന്ന തരിശുനിലങ്ങളിൽ കാലികൾ മേഞ്ഞുനടക്കുന്നു. നിരനിരയായ കുന്നുകളുടെയും ഇനിയും കൊഴിയാതെ നില്ക്കുന്ന നരച്ച ചെറിയ ഇലകൾ നിറപ്പകിട്ടു ചാർത്തിയ മുള്ളു മരങ്ങളുടെയും നടുവിലൂടെയായിരുന്നു യാത്ര. ലെഗാഷാലിയെയെന്ന ഒരു കൊച്ചു ഗ്രാമം ദൂരെ കാണാം. അവിടേക്കു വഴികാട്ടുന്ന ചൂണ്ടുപലക ചെരിഞ്ഞ് വീഴാറായി നില്ക്കുന്നു. അന്തരീക്ഷത്തിൽ നല്ല ചൂടും വെളിച്ചവുമുണ്ടായിരുന്നു. നിരനിരയായ കുന്നുകളും ഊഷരമായ വിശാ

ലതയും സംയമിയായ സന്ന്യാസിയെപ്പോലെ നിസംഗമായിരുന്നു. പെട്ടെന്നായിരുന്നു കടലിലേക്കെന്നു തോന്നിക്കുമ്പോലെ റോഡ് ദൃഷ്ടിക്ക് മറവായത്. അച്ചൻ കാറിന്റെ വേഗത കുറച്ച് അടുത്തു കണ്ട പെട്രോൾ പമ്പിലേക്ക് ഓടിച്ചുകയറ്റി. പെട്രോൾ സ്റ്റേഷനോടു ചേർന്നുള്ള കടയിൽനിന്ന് ചായ കുടിച്ചശേഷമാണ് വീണ്ടും യാത്ര തുടർന്നത്.

ദേശീയപാതയിൽനിന്നും കുറച്ച് ഉള്ളിലേക്കുമാറിയാണ് തീരദേശഗ്രാമമായ സദ്ധ. ദേശീയപതാക ഉയർത്തികെട്ടിയിരിക്കുന്ന ഏതോ സർക്കാർ സ്ഥാപനവും സ്കൂളും ആശുപത്രിയുമൊക്കെ കാണാം. വിദ്യാഭ്യാസത്തിലും ആരോഗ്യ പരിപാലനത്തിലും ഒമാൻ ഭരണാധികാരി കാട്ടുന്ന താല്പര്യം ലോകരാജ്യങ്ങൾക്ക് മാതൃകയാണ്. അറബിക് മാതൃകയിൽ നിർമ്മിച്ചിരിക്കുന്ന കുറെ കെട്ടിടങ്ങളും പാർപ്പിടങ്ങളും സദ്ധയിലുണ്ടായിരുന്നു. തെരുവുകളിൽ വലിയ തെരക്കൊന്നുമുണ്ടായിരുന്നില്ല. ഉച്ഛൃംഖലമായ തിരകൾ ഉയർന്നു പരിലസിക്കുന്ന സാഗരസരത്തിലൂടെ യാത്ര തുടർന്നു. വ്യത്യസ്ത നിറത്തിലുള്ള കല്ലുകൾകൊണ്ട് നിർമ്മിച്ചതുപോലെ എതിർപാർത്ത് മലനിര. മലയുടെ പാർശ്വങ്ങളിൽ കടലിറങ്ങിപ്പോയതിന്റെ ദൃഢപ്രത്യക്ഷങ്ങൾ. ഗിരിനിരയണിഞ്ഞിരിക്കുന്ന പടിയരഞ്ഞാൺപോലെ ദീർഘദൂരം അതു കാണാം. മലനിരകൾക്കും സമുദ്രത്തിനുമിടയിലൂടെയുള്ള വിസ്തൃതമായ തരിശിൽ വീണ്ടും മണൽക്കുന്നുകൾ പ്രത്യക്ഷപ്പെട്ടു. കാറ്റിൽ അപ്രത്യക്ഷമാവുകയോ സ്ഥാനചലനം സംഭവിക്കുകയോ ചെയ്യാവുന്ന മണൽക്കുന്നുകൾ. മണൽക്കുന്നുകളിൽ വാഹനം ഓടിച്ച് വിനോദിക്കുന്ന അറബ് യുവാക്കളെ ഖത്തറിൽ ഞാൻ കണ്ടിട്ടുണ്ട്. ഇവിടെ ഇപ്പോൾ അങ്ങനെയാരേയും കാണുന്നില്ല. എന്നാൽ ഏറെ നേരമായി മദ്ധ്യവയസ്കനായ ഒരു ഒമാനി ഒരു പിക്കപ്പ് വാനിൽ എന്തോ തിരയുമ്പോലെ അലയുന്നുണ്ട്. മേയുവാൻ വിട്ട ഒട്ടകങ്ങളെ അന്വേഷിക്കയാകാം.

ഗിരിശൃംഘലങ്ങളും മേഘങ്ങളും മുട്ടിയുരുമ്മി നില്ക്കുന്ന ഹഡ്ബിനിൽ ഞങ്ങൾ എത്തി. ആ ചെറിയ ഗ്രാമത്തിലുമുണ്ട് വിദ്യാലയവും ഹെൽത്ത് സെന്ററും സർക്കാർ സ്ഥാപനവും. ഇവിടെ കടൽ, നിറഭേദങ്ങളുടെ ലക്ഷണങ്ങൾ കാട്ടിത്തരുന്നു. ഞങ്ങൾ വീണ്ടും മുമ്പോട്ട് യാത്ര തുടർന്നു. പച്ചയും കറുപ്പും നീലയും ഇടകലർന്ന കടൽ സ്വപ്നസാഗരമായി ഭവിക്കുന്നു. ഐഹിക വ്യഗ്രതകളേതുമില്ലാതെ കടലിലേക്കു നോക്കിയിരിക്കെ, കടലിന്റെ അകന്മഷമായ ശാന്തിയിൽ ഡോൾഫിനുകൾ നീന്തിത്തുടിക്കുന്നു. സലാലയിൽ വന്നതുമുതൽ മനസ്സിൽ, ഒമാൻ സമുദ്രത്തിലെ ഡോൾഫിനുകളെക്കുറിച്ച് എന്തൊക്കെയോ സ്വപ്നങ്ങൾ കൊണ്ടുനടക്കുന്നു. അതു സഫലമാകുന്നതിന്റെ ആഹ്ലാദത്തോടെ കാർ നിർത്തി പുറത്തേക്കിറങ്ങി. സമുദ്രചേതനയിൽ ഭയാശങ്കകളേതുമില്ലാതെ ഡോൾഫിനുകൾ യഥേഷ്ടം നൃത്തം ചെയ്ത് അഭിരമിക്കുന്നു. ക്രമഭംഗം വരാതെ നെടുകെയും കുറുകെയും ഊളിയിട്ടു തെന്നിച്ചാടുന്ന നൃത്തസംഘം. അപ്പോൾ തീരക്കടലിൽ മറ്റു ജലജീവികളെ ഒന്നും കണ്ടില്ല. തിരമാല

കൾക്കു മുകളിൽ പ്രതീക്ഷാകുലമായ ശിരസ്സുയർത്തി വായുവിലേക്ക് കുതിച്ചുപൊന്തുന്ന നിഷ്കളങ്ക ജീവികൾക്ക് മനുഷ്യരോടുള്ള സഹവർത്തിത്വം അത്ഭുതകരമാണ്. സൗമ്യത മൂർത്തീഭവിച്ച ഈ ജലജീവി, കടലിലകപ്പെട്ട് മുങ്ങിത്താഴുന്ന മനുഷ്യനെ ശിരസ്സുകൊണ്ട് ഇടിച്ചിടിച്ച് കരയ്ക്കെത്തിച്ച് രക്ഷിക്കുന്ന കാരുണ്യം എന്നോ നഷ്ടപ്പെട്ടുപോയ പൗരാണിക ആവാസത്തിന്റെ ആതുരത്വം ഓർമ്മപ്പെടുത്തുന്നു. ഹാഫയിലെ തീരക്കടലിൽ കൂട്ടുകാരുമൊത്ത് നീന്തിക്കുളിച്ചു കൊണ്ടിരിക്കെ മുങ്ങിത്താണുപോയ കൊല്ലം സ്വദേശിയായ യുവാവിനെ ഡോൾഫിൻ കരയ്ക്കെത്തിച്ച കഥ കേട്ടിട്ടുണ്ട്. മനുഷ്യന് മനുഷ്യനുമായേ വിനിമയം സാദ്ധ്യമാകൂ എന്ന നമ്മുടെ ധാരണ ഇവിടെ തിരുത്തപ്പെടുന്നു. ഈ പാവം ജലജീവികൾ ഒരു നൂതന വീക്ഷണം നമുക്ക് പകരം നല്കുന്നു.

പ്രകൃതിക്ക് അധീശനെന്ന അഹന്ത തെഴുത്ത മനുഷ്യൻ ആഴക്കടലിൽ, മൃതമായിത്തീരുന്ന വേളയിൽ പുനരുജ്ജീവനത്തിനു സഹചാരിയായി തീരുവാൻ നിരുപദ്രവകാരിയായ ഈ ജലജീവിക്ക് എങ്ങനെയാണ് സാധിക്കുക. മനുഷ്യൻ അവന്റേതു മാത്രമായ ഇടങ്ങൾ വ്യാപിപ്പിക്കുവാൻ വ്യഗ്രതപ്പെടുമ്പോൾ സഹജീവനത്തിനു സ്ഥാനമില്ലായിരിക്കാം. എന്നാൽ ഈ ജീവിവർഗ്ഗം സ്വന്തം അതിജീവനത്തെപ്പറ്റി മാത്രമല്ല ചിന്തിക്കുന്നതെന്ന് കരുതേണ്ടിവരും. ജൈവഘടനയിൽ ഏകാന്ത ജീവികളെന്ന ഒരു വർഗ്ഗമില്ല! അപാരമായ പാരസ്പര്യത്തിൽ എല്ലാം ബന്ധിതമാണ് എന്ന തിരിച്ചറിവ് നമുക്ക് ഉണ്ടാകേണ്ടിയിരിക്കുന്നു.

ഇരുപത്തിയഞ്ചു കിലോമീറ്റർ ദൂരം അവശേഷിക്കുന്ന ഹാസിക്കിലേക്കുള്ള പാതയോരങ്ങളിൽ ഉരഞ്ഞ് മിനുസപ്പെട്ട കല്ലുകൾ നിരന്നു കിടന്നു. ഈ വിജനത കല്ലുകളുടെ മരുഭൂമിയാണ്. പ്രകൃതിയുടെ ഭാവപ്പകർച്ച. കല്ലുകളിൽ സ്പന്ദിക്കുന്ന സൂക്ഷ്മസത്ത ധ്യാനാത്മകമാണ്. വർണ്ണങ്ങളിലൂടെ സാക്ഷാൽക്കാരം ലഭ്യമായിരിക്കുന്ന പരിതോവസ്ഥപോലെ ചുവപ്പും കറുപ്പും വെളുപ്പും നിറങ്ങൾ ഇടകലർന്ന മലനിര. വിദഗ്ദ്ധനായ ശില്പി കൊത്തിയെടുത്തു നിരത്തിവെച്ചിരിക്കുന്ന ശിലാസഞ്ചയം. ആകാശവുമായി സംവദിക്കാനെന്നോണം ശിരസ്സുയർത്തി നില്ക്കുന്ന കുന്നുകളിൽ, ഹൊയ് സാലയിലെ ശില്പസൗഷ്ഠവം പോലെ ചാരുത മുറ്റിയ പ്രകൃതിദത്തമായ ശില്പരൂപങ്ങൾ. നിറങ്ങളും ബാഹ്യവടിവുകളും പ്രത്യക്ഷത്തിൽ ആശ്ചര്യജനകമാണ്. ദുഷ്പ്രാപമായ ശൈലശിരസ്സുകൾക്കു മീതെ മേഘമുക്തമായ ആകാശം പ്രഭ ചൊരിയുന്നു. ശൈലാഗ്രത്തിലെ പാറക്കൂട്ടങ്ങളിലൊന്നിൽ മൂന്നോ നാലോ വലിയ പക്ഷികൾ കാണാവുന്നു. വലിയ പരുന്തിനെപ്പോലെ തോന്നിക്കുന്ന അവ ശൈലാഗ്രങ്ങളിൽ ചേക്കേറുന്നവയാകാം.

പ്രവാചകനായ ഏലിയാവ് ആരോഹണം ചെയ്ത ദൈവത്തിന്റെ പർവ്വതംപോലെ ആദ്ധ്യാത്മിക പ്രാഭവത്തോടെ മരുവുന്ന മലനിരകൾ. വന്യജീവികളെ കാണാനില്ലെങ്കിലും ഈ ജബലും ജീവാനുകൂലിയാണ്. ദോഫാർ മലനിരകളിലെ കാടുകളിൽ കാണാറുള്ള പുലികൾ ഇവിടെ

യുമുണ്ടായിരിക്കാം. ചൈതന്യദായകമായ മലനിരകളിൽ പാളിവീണിരുന്ന സായന്തന രശ്മികളുടെ പ്രകാശം കുറഞ്ഞിരിക്കുന്നു. മരുഭൂമിയുടെ വിസർപ്പം നിറഞ്ഞ തീക്ഷ്ണവാതം വീശിയടിച്ചു. ഈ സായംകാലാനുഭവത്തെ ജീവിതാന്ത്യയാമങ്ങളോട് ചേർത്തുവെക്കുവാൻ എനിക്കപ്പോൾ തോന്നി. തിരികെ കാറിലേക്കു കയറി ഒരിറക്ക് വെള്ളം കുടിച്ച് ആശ്വസിച്ചു.

ഹാസിക് ടൗൺ എത്തുന്നതിനു മുമ്പുള്ള വാദി വരണ്ടുകിടന്നിരുന്നു. അതിലേക്കുള്ള ഇറക്കത്തിൽ സന്ധ്യ നിഴൽ വീശിത്തുടങ്ങിയിരുന്നു. വാദി മുറിച്ച് മുകളിലേക്കു കയറുമ്പോൾ ദൂരെയായി ദേശീയപാതയ്ക്കു കുറുകെ സ്ഥലദൂര സൂചകങ്ങൾ കാണാം. ദുഖമിലേക്ക് നാനൂറ്റിപ്പത്ത് കിലോമീറ്റർ. വലതു തിരിയുന്ന ചെറിയ പാത ഹാസിക് ഗ്രാമത്തിലേക്കാണ്. പ്രകൃതിയുടെ നിഗൂഢതകൾ ആവഹിക്കപ്പെട്ടു കിടക്കുന്ന ഗ്രാമം. ജലരാശിയുടെ സമുദ്രിയത. ഇരമ്പിവരുന്ന തിരകളെ തടഞ്ഞുനിർത്തുവാനെന്നോണം സാഗരസരിത്തിൽ ഉയർന്നു നില്ക്കുന്ന മലനിര. ജലരാശിക്കും ശൈലനിരകൾക്കുമിടയിലൂടെ കടന്നുപോകുന്ന ദേശീയപാത.

തീരദേശ ഗ്രാമമായ ഹാസിക് പ്രാചീനസ്മൃതികളിൽ ആണ്ടുകിടക്കുന്നു. സാന്ധ്യവെട്ടത്തിന്റെ പ്രസാദ സ്പർശത്താൽ ഗ്രാമം ഉണർന്നിരുന്നു. അവിടെയുമുണ്ട് വിദ്യാലയവും ഹെൽത്ത് സെന്ററും സർക്കാർ സ്ഥാപനവും. നിർബ്ബാധം നടക്കുന്ന ദേശവാസികൾ. എങ്കിലും തെരക്കുണ്ടായിരുന്നില്ല. ഹാസിക് വാസികൾ ഏറക്കുറെ സൗമ്യചിത്തരായി തോന്നിച്ചു. ടൗണിന്റെ ചില ഭാഗത്ത് നഗരമാതൃകയിൽ ഫ്ളാറ്റുകൾ പണിതുയർത്തുന്നുണ്ട്. അറബിക് മാതൃകയ്ക്ക് നേരിയ രൂപഭേദങ്ങൾ വന്നുതുടങ്ങിയിരിക്കുന്നു. ചെറിയ കുറച്ചു കടകളും റെസ്റ്റോറന്റുകളും ഇത്രയൊക്കെയേ ഉള്ളൂ സമുദ്രത്തോടു ചേർന്നുള്ള ഹാസിക്കിൽ.

ഷൊർണൂർ സ്വദേശിയായ ബിജു ഞങ്ങൾക്കായി ക്രമീകരിച്ചിരുന്ന താമസസ്ഥലത്തേക്ക് ഞങ്ങളെ കൂട്ടിക്കൊണ്ടുപോയി. തുറന്നുകിടന്നിരുന്ന ഒരിടുങ്ങിയ മുറിയിൽ ഞങ്ങളെയാക്കിയശേഷം എന്തെങ്കിലും ആവശ്യമുണ്ടെങ്കിൽ കടയടച്ചശേഷം വരാം എന്ന ഉപചാര വാക്കുപറഞ്ഞ് അയാൾ തിരികെപ്പോയി. ഇരുട്ട് പരക്കുകയാണ്. ജീവത്തായ കടൽക്കാറ്റിന്റെ ഉന്മേഷത്തിലേക്ക് ഞങ്ങൾ നടന്നു. സങ്കീർണ്ണതകളത്രയും അന്തർവഹിച്ചിരുന്ന കടൽ കറുത്തിരുന്നു. ആംഗലേയ കവിയായ ഹോമർ വിശേഷിപ്പിച്ചതുപോലെ ഇരുണ്ട വീഞ്ഞിന്റെ നിറമായിരുന്നു അപ്പോൾ കടലിന്. ആർത്തുവരുന്ന തിരകൾ ഇരുട്ടിൽ ഏതോ ഭീമൻ കടൽ ജീവികളെപ്പോലെ തോന്നിച്ചു. വിജനമായിരുന്ന കടൽക്കരയിൽ ഞങ്ങൾ ഇരുന്നു. കടലിന്റെ ഗന്ധം ഞാനാഞ്ഞു ശ്വസിച്ചു. ശ്വാസത്തിൽ ഉപ്പിന്റെ നനുനനുപ്പനുഭവപ്പെട്ടു. ഉയർന്നു പൊന്തിയ തിരകൾക്കൊപ്പം എന്റെ ശ്വാസഗതി ഉയരുകയും താഴുകയും ചെയ്തു. ഇപ്പോൾ കടൽ ഇരമ്പുന്നത് എന്റെ ഉള്ളിലെവിടെയോ ആയിരുന്നു. തുർക്കിയുടെ കടൽത്തീരത്ത് നനഞ്ഞ മണ്ണിൽ കമിഴ്ന്നു കിടന്ന മൂന്നു വയസ്സുകാരൻ അലൻ കുർദ്ദിയുടെ പിഞ്ചു ജഡം

ഓർമ്മയിൽ ഒരു വേദനയായി വന്നുവീണു. ആഴക്കടലിലെവിടെയോ ആഴ്ന്നുപോയ അവന്റെ അമ്മ ഏതു തീരമായിരിക്കുമണയുക? അഭയാർത്ഥി പ്രവാഹത്തിനിടെ കടലെടുത്തത് എത്ര ജീവനുകളെയാണ്, ജീവിക്കാനുള്ള ആശയാൽ, സ്വന്തം നാടുപേക്ഷിക്കേണ്ടി വരുന്നതിന്റെ രാഷ്ട്രീയ പശ്ചാത്തലം നമുക്ക് സ്വാസ്ഥ്യമേകുന്ന ഒന്നല്ല.

സിറിയയിലെ കലാപഭൂമിയിൽനിന്ന് യൂറോപ്പിലെ പ്രതീക്ഷയുടെ തുരുത്തിലേക്ക് സാഗര പ്രയാണം ചെയ്ത നിഷ്കളങ്ക ബാലൻ വേദനിപ്പിക്കുന്ന മൃതപ്രത്യക്ഷമായി ഭവിച്ചിരിക്കുന്നു. ഹൃദയാവർജ്ജകമായ ആ കമിഴ്ന്നു കിടപ്പ് ഭരണാധികാരികൾക്കും കലാപകാരികൾക്കും ഏതുമല്ലായിരിക്കാം. കാരുണ്യത്തിന്റെ ജീവൽ തുടിപ്പുകൾ അറ്റുപോയിട്ടില്ലാത്തവർക്ക് ഏറ്റം ശോകാകുലമായ ആ ഹൃദയഭേദകബിംബത്തെ വിഷാദഭരിതമായ നയനങ്ങളോടെയല്ലാതെ കാണാനാവില്ല.

ജീവന്റെ ആദ്യ തുടിപ്പായ സസ്യങ്ങളുണ്ടായത് ജലത്തിലാണല്ലോ. അലൻ കുർദ്ദിയുടെയും അവന്റെ അമ്മയുടെയും ജീവൻ പൊലിഞ്ഞതും ജലത്തിൽത്തന്നെ. അങ്ങനെയെത്ര അമ്മമാരും കുഞ്ഞുങ്ങളും. ശോകാന്ത്യത്തിലേക്കുള്ള യാത്രയുടെ സൂചകമായി ദാരുണമായ ആ ചിത്രത്തെ കാണേണ്ടിയിരിക്കുന്നുവോ? ആർദ്രത മനുഷ്യന് എവിടെയോ കൈമോശം വന്നിരിക്കുന്നു. അവൻ പടുത്തുയർത്തിയ പുരോഗതിയുടെ ബാബേൽ ഗോപുരങ്ങൾക്ക് വിള്ളലുകൾ പ്രത്യക്ഷപ്പെട്ടു തുടങ്ങിയിരിക്കുന്നു. രണ്ടു മഹായുദ്ധങ്ങളുടെ ദുർഭഗത എത്രവേഗം നാം മറന്നു. ഭൂമിയെ പങ്കിലപ്പെടുത്തുന്ന ഏതധർമ്മത്തിനും നമ്മുടെ ദുര പ്രേരകമാകുന്നു.

ഞങ്ങൾ വൈകിയാണ് തിരികെ മുറിയിലെത്തിയത്. തോമസ് ജോർജ്ജച്ചന്റെ ഭാര്യ ആശക്കൊച്ചമ്മ കൊടുത്തു വിട്ടിരുന്ന അത്താഴം കഴിച്ചു. ക്ലേശപൂർണ്ണമായ യാത്രയുടെ വിശപ്പ് ഭോജ്യത്തെ രുചിപ്രദമാക്കി. നിഗൂഢതകൾ സമാഹിതമായിരിക്കുന്ന തിരകളുടെ ഇരമ്പൽ കേട്ട് രാത്രിയിൽ എപ്പോഴോ ഉറങ്ങിപ്പോയി.

ഉദയത്തിന്റെ കാന്തിമയമായ അനുഭവക്കാഴ്ചയ്ക്കായി, പുലർച്ചയ്ക്കു മുമ്പുതന്നെ ഹാസിക് കുന്നിനരികിലേക്കു പോയി. തിരകളടങ്ങിയ കടലിന് എതിർപാർത്തുനില്ക്കുന്ന ഗിരിശൃംഗം. പ്രകൃതി വിസ്മയം മൂർത്തീഭവിച്ച ശൈലത്തിലേക്കു വ്യാപിക്കുന്ന പ്രകാശരേണുക്കൾ. ഗിരിശൃംഗമെന്നും ശൈലാഗ്രമെന്നുമൊക്കെ വിശേഷിപ്പിക്കുമ്പോൾ ഹിമാലയസമാനമായ പർവ്വതമെന്നൊന്നും കരുതരുത്. ഏതാണ്ട് ഇരുന്നൂറോ മുന്നൂറോ അടി ഉയരമുള്ള ഒരു കുന്ന് എന്നിലുളവാക്കുന്ന വിസ്മയം മാത്രമാണത്. പുലർച്ചയ്ക്കു മുമ്പുള്ള നേരിയ പ്രകാശത്തിൽ കല്ലുപാകിയ ചെറുവഴിയിലൂടെ നടന്ന് കുന്നിൻ ചുവട്ടിലെത്തി. ആകൃതിയിലും ഘടനയിലും വ്യത്യസ്തമായൊരു കുന്ന്. പ്രൗഢിയോടെ നിലകൊള്ളുന്ന കുന്നിന്റെ പാർശ്വങ്ങളിലൊന്ന് വെട്ടിയെടുത്തതുപോലെ കടുന്തൂക്കാണ്. ശിഖരത്തിൽനിന്നും പ്രാചീനതയുടെ സുഗന്ധം പ്രസരിപ്പിച്ച് താഴേക്കു പതിക്കുന്ന ധാതുപുഷ്ടമായ ജലപാതം. ജലനിർഭരമായ ശിഖരത്തിൽ

അനൈഹികമെന്നു തോന്നിപ്പിക്കുന്ന പ്രകാശത്തിന്റെ പ്രഭ. സമുദ്രത്തിനും ശൈലത്തിനുമിടയിലെ വിജനമായ പാതയോരത്ത് നില്ക്കുമ്പോൾ മെല്ലെ മെല്ലെ പ്രഭാതം വിരിയുന്നു. വിസ്മയ തരംഗത്തിൽ ആഴ്ന്നുപോയ ആ നിമിഷം പ്രസാദപൂർണ്ണമായ അവബോധത്തിന്റേതായിരുന്നു. അരുണ ശോഭ ആഴിക്കുമീതെ സ്വർണ്ണച്ഛവി കലർത്തിയിരുന്നു. പ്രകൃതിസത്തയെ അതിന്റെ സംയുക്തതയിൽ ഉൾക്കൊള്ളുവാൻ ഞാൻ ശ്രമിച്ചു. അപ്പോൾ മനസ്സും ശരീരവും തമ്മിലുള്ള വിഭജനം ഇല്ലാതെയാകുന്നതുപോലെ അനുഭവപ്പെട്ടു. പ്രാചിയിൽ ഹിരണ്യമേഘങ്ങൾ ആഴിയെ സ്പർശിക്കുന്നതുപോലെ തോന്നി. ആഴിയെയും ആകാശത്തെയും ഘനീഭവിച്ച മൗനം ചൂഴ്ന്നു നിന്നു. അന്തരീക്ഷത്തിന്റെ ചലനഗതി സ്പന്ദതകളിൽ മാത്രം അളക്കാൻ കഴിയുന്നവിധം അപാരതയിലേക്ക് പ്രകാശത്തിന്റെ വാതിൽ തുറക്കുന്നു. സാരള്യത്തിന്റെ ആ പ്രഭാത ചേതനയിൽ പ്രഭാത പുഷ്പങ്ങൾ പ്രഫുല്ലമാകുന്നു.

അപ്രാപ്യമായ കുന്നിന്റെ നെറുകയിലെ പ്രശാന്തതയിൽനിന്നും താഴേക്കു പതിക്കുന്ന നീരുറവിന്റെ ഭംഗി എന്തെല്ലാമോ അർത്ഥാന്തരങ്ങൾ സമ്മാനിക്കുന്നു. ഇളാദേവിയണിഞ്ഞിരിക്കുന്ന ദുപ്പട്ടയുടെ ചാർത്തുപോലെയെന്ന് ഉത്പ്രേക്ഷ. ഈ അതുല്യതയ്ക്കു മുന്നിൽ നില്ക്കാൻ എന്നെ ഇവിടെയെത്തിച്ചത് ഏതൊരു കാരുണ്യമാണ്. ഓരോ യാത്രയും അറിവായിത്തീരുകയാണു പതിവ്. എന്നാൽ, ഈ യാത്ര ആദ്ധ്യാത്മികമായ ഒരനുഭവമായി പരിണമിക്കുകയാണ്. നിർവ്വചനങ്ങൾക്കതീതമായ ആ അരുണശോഭ പില്ക്കാലമത്രയും ചേതനയിൽ മരുവുന്നുണ്ടാകും. എന്നോ നഷ്ടപ്പെട്ട നിഷ്കളങ്കതയുടെ ആതുരത്വമുണർത്തുന്ന ജലനിർഘോഷം പ്രഭാത നിശ്ശബ്ദതയെ ഭഞ്ജിച്ചുകൊണ്ടിരുന്നു. എല്ലാ ഐഹിക ലാവണ്യങ്ങൾക്കുമപ്പുറം ഭൂമിയുടെ നിമന്ത്രണങ്ങൾക്കൊപ്പം പ്രകാശം തൂവിത്തുടങ്ങി. കുന്നിൻ ശിഖരമത്രയും എന്നോ സമുദ്രത്തിലാണ്ടു കിടന്നിരുന്നതിന്റെ സ്മൃതിപ്പുറ്റുകളും മൺരേഖകളും ഇപ്പോൾ വായിച്ചെടുക്കാം. ആ ചിത്രാക്ഷരികളിൽ വന്നുനിറയുന്ന സൂര്യൻ സത്തയിലും ഹൃദയത്തിലും വന്നു നിറയാനനുവദിക്കുക. നിനവുകളിൽ മറ്റൊന്നുമരുത്. അപ്പോൾ ഉൾഭ്രാന്തമായി തിരയുന്ന സത്യത്തെ സാക്ഷാൽക്കരിക്കാനായേക്കും.

സമുദ്രത്തിലെ മസീറ

ഞങ്ങൾ സഞ്ചരിച്ചിരുന്ന വെള്ളനിറമുള്ള പ്രാഡോ വഴിയോരത്തേക്ക് നീക്കിനിർത്തി. സമുദ്രജലം ബാഷ്പാവിലമായ ഉപ്പുപാടങ്ങൾ. ക്ഷോഭങ്ങൾ ഒഴുകിപ്പോയ തീരസമുദ്രം തന്നെയാണല്ലോ ഉപ്പുപാടങ്ങൾ. പാതയ്ക്ക് ഇരുവശവും, ജീവിതത്തെ പ്രകൃതിയിലേക്കു പ്രക്ഷേപിക്കുന്ന മഹത്തായ ബിംബംകൂടിയായ ഉപ്പുപാടങ്ങൾ ധവള ശോഭയിൽ പ്രകാശിച്ചുകിടക്കുന്നു. അവിടവിടെയായി കൂട്ടിവെച്ചിരിക്കുന്ന ഉപ്പുകൂനകൾ. പാതയോരങ്ങളിൽപ്പോലും തൃണദലങ്ങളേതും കാണാനില്ല; എവിടേയും ഉപ്പുപരലുകൾ മാത്രം. വീതികുറഞ്ഞ റോഡരികിലാണ് വണ്ടി നിർത്തിയിട്ടിരിക്കുന്നത്. സുഹൈൽ അമറി ഡ്രൈവർ സീറ്റിൽ നിന്നുമിറങ്ങി ധൃതിയിൽ പിന്നിലേക്ക് ഏറെ ദൂരം നടന്നുപോയി. സിഗരറ്റു വലിക്കുന്നതിനുള്ള തിടുക്കത്തിലാണയാൾ. പുകവലിക്കുന്നത് യാതൊരു വിധത്തിലും ഞങ്ങൾക്കൊരു ബുദ്ധിമുട്ടാകരുതെന്നുള്ള ചിന്തയാണ് ദൂരേക്ക് നടക്കുവാൻ അദ്ദേഹത്തെ പ്രേരിപ്പിക്കുന്നത്. നടക്കുന്നതിനിടെ എതിരെവന്ന ഏതോ ഒരു വലിയ ട്രക്ക് അദ്ദേഹത്തിനരികെ നിർത്തി എന്തോ സംസാരിച്ചശേഷം തല പുറത്തേക്ക് ആഞ്ഞ്, കൈവീശി കടന്നുപോയി. പ്രത്യഭിവാദ്യമെന്നോണം സുഹൈലും കൈവീശുന്നുണ്ടായിരുന്നു.

ഞാനും റിഷോർ താമരവേലിയും ഉപ്പുപാടങ്ങളിലേക്ക് ഇറങ്ങി നടന്നു. മഹാരാഷ്ട്രയിലെ വസായ്യിൽ ഉപ്പുപാടങ്ങൾ കണ്ടിട്ടുണ്ട്. അത് ബസിലോ ട്രെയിനിലോ ഇരുന്നുകൊണ്ടാണ്. ഇത്രയും വിശാലവുമല്ല. ഉപ്പു പരലിൽ ചവിട്ടി നടന്നപ്പോൾ ക്രിസ്തു വചനങ്ങളാണ് എന്റെ ഓർമ്മയിൽ വന്നത്. 'നിങ്ങൾ ഭൂമിയുടെ ഉപ്പാണ്. ഉറകെട്ടു പോയാൽ പിന്നെ എന്തുകൊണ്ട് അതിന് ഉറകൂട്ടും? പുറത്തേക്ക് വലിച്ചെറിഞ്ഞ് മനുഷ്യരാൽ ചവിട്ടപ്പെടാനല്ലാതെ മറ്റൊന്നിനും അത് കൊള്ളില്ല. മണ്ണിനോ വളത്തിനോ അത് ഉപകരിക്കയില്ല. കേൾക്കാൻ ചെവിയുള്ളവൻ കേൾക്കട്ടെ.'

മനുഷ്യൻ ഭൂമിയുടെ ഉപ്പാകുന്നു. ഉപ്പിന്റെ പ്രസാദപൂർണ്ണമായ ചേരുവ രുചി വർദ്ധിപ്പിക്കുന്ന സവിശേഷതയാണ്. ഉപ്പിൽ കേടുകൂടാതെ സംസ്കരിച്ചിരുന്ന പ്രാചീനാവബോധങ്ങൾക്കു കുറുകെ ആധുനികത, നാശത്തിന്റെ തണുത്ത യന്ത്രസാമഗ്രികൾകൊണ്ടു നിറച്ചെങ്കിലും ഉപ്പിൽ തൊട്ടുള്ള തുടക്കം മനുഷ്യജീവനത്തിന്റെ ദിവ്യസ്മൃതിയായി നിലകൊള്ളുന്നു. മനുഷ്യൻ ഭൂമിയുടെ ഉപ്പാകുന്നു. മനുഷ്യത്വം നഷ്ടപ്പെടാതെ ഭൂമിക്ക് കൂട്ടുചേരുവാൻ ഇടയാകട്ടെ എന്ന പ്രാർത്ഥനയോടെ തിരികെ നടന്നു.

സുഹൈലും തിരികെയെത്തിയിരുന്നു.

"ഇനിയെത്ര ദൂരമുണ്ട്?" വണ്ടിയിൽ കയറുന്നതിനിടെ ഞാൻ ചോദിച്ചു.

"കുറച്ചു സമയത്തിനുള്ളിൽ നമ്മൾ ഫെറിക്കരികിലെത്തും" റിഷോറാണ് മറുപടി പറഞ്ഞത്. "വഴിയിൽ പൊലീസ് പരിശോധനയൊന്നുമില്ലെങ്കിൽ."

രാവിലെ അഞ്ചുമണിക്ക് യാത്ര തിരിച്ചതാണ്. ഓടിത്തുടങ്ങിയ പ്രാഡോയുടെ ഗ്ലാസിലൂടെ ഞാൻ പുറത്തേക്ക് നോക്കിക്കൊണ്ടിരുന്നു. മാറിമാറിവയ്ക്കുന്ന ഭൂപ്രകൃതി. കൊടുമുടികൾ പോലെ ജബലുകൾ, മലയിടുക്കുകൾ, താഴ്‌വാരങ്ങൾ, വെയിലേറ്റ് വെന്തു പൊള്ളിനില്ക്കുന്ന പാറക്കൂട്ടങ്ങൾ, ഇടയ്ക്കിടെ ഫാമുകൾ, നിരത്തിവെച്ചിരിക്കുന്ന കുന്നുകളുള്ള മരുഭൂമി, മണലാരണ്യം, ഇടയ്ക്കിടെ മരുഗ്രാമങ്ങൾ, പുരാതന ശൈലിയിലുള്ള ഒമാനിവീടുകൾ, ഉൾപ്രദേശങ്ങളിലെ ചെറിയ മൺവീടുകൾ, മരങ്ങൾ മുറ്റി നിന്നിരുന്ന ഹൻഫീത്ത് ഫാം. സീനത്ത് അൽ സഹറായെന്ന സുൽത്താന്റെ ഉദ്യാനഭവനം. രാജ്യം സന്ദർശിക്കാനിറങ്ങുമ്പോൾ പ്രജകൾക്കൊപ്പമിരിക്കുവാനുള്ള കരിങ്കൽ ഇരിപ്പിടങ്ങൾ, അവിടവിടെയായി മരങ്ങൾ വളർന്നു നിന്നിരുന്ന അൽ മുന്തസാവാദീ, കുള്ളൻ മരങ്ങളായ സീർമരങ്ങൾ മാത്രമുള്ള മണൽ മരുഭൂമി. അങ്ങനെ മരുഭൂമിയുടെ വൈവിദ്ധ്യങ്ങളിലൂടെയായിരുന്നു യാത്ര. വല്ലപ്പോഴും കടന്നുപോകുന്ന വാഹനങ്ങളൊഴിച്ചാൽ യാത്ര ചെയ്തു വന്നവഴി ശാന്തവും വിജനവുമായിരുന്നു.

നേരം നാലുമണി കഴിഞ്ഞിരിക്കുന്നു. രണ്ട് പൊലീസ് പരിശോധന കഴിഞ്ഞാണ് മസ്കറ്റിൽനിന്നും ദുക്ഖത്തിലേക്കുള്ള പാത കടന്നുപോകുന്ന മഹൂത്ത് എന്ന സ്ഥലത്തെത്തിയത്. മഹൂത്ത് വിസ്തൃതമായ ഒരു ജില്ലയാണ്. കളക്ടറുടെ ഔദ്യോഗിക വസതിയും ആഫീസും ഇവിടെയുണ്ട്. മഹൂത്തിൽനിന്നും നേരെയുള്ള പാതയിലൂടെയാണ് ഞങ്ങൾക്ക് പോകേണ്ടത്. അവിടെ നിന്നും എഴുപതു കിലോമീറ്റർ യാത്ര ചെയ്താണ് ഉപ്പുപാടങ്ങളും പിന്നിട്ട് ഷന്നാ തീരത്തെത്തിയത്. ഇനി യാത്ര കടലിലൂടെ.

സന്ധ്യക്കു മുമ്പേ അവസാന ഫെറിയും പോകേണ്ടതാണ്. എന്നാൽ ഞങ്ങൾ കയറിയ ഉരുവിന് യന്ത്രത്തകരാറു പിണഞ്ഞതിനാൽ മറ്റൊരു ഫെറിയെത്തിയാണ് യാത്ര ആരംഭിച്ചത്. അപ്പോഴേക്കും നന്നേ ഇരുട്ടിയി

രുന്നു. പകരം ഫെറി വരുവാൻ വൈകിയത് ഗുണം ചെയ്തു. സമുദ്രോപരിതലത്തിൽ തട്ടിവരുന്ന അസ്തമയ സൂര്യന്റെ കിരണങ്ങൾ സൗവർണ്ണമായ അനുഭവമാണ് തന്നത്. നങ്കൂരമിട്ടു കിടക്കുന്ന ഫെറിയുടെ ബാരക്കിലെ വിശാലതയിൽ, അന്തർദ്ധാനം ചെയ്യുന്ന സൂര്യനെ സാക്ഷിയാക്കി സന്ധ്യയുടെ ശാന്തി അനുഭവിച്ച് ഏറെ നേരം ഇരുന്നു. പകരമെത്തിയ ഫെറിയുടെ ക്യാപ്റ്റൻ കൊല്ലത്തുകാരനായ മലയാളിയായിരുന്നു.

എത്രയോ കാലമായുള്ള ആഗ്രഹത്തിന്റെ സഫലീകരണമാണ് കടലിലൂടെയുള്ള യാത്ര. വൈദീക വിദ്യാഭ്യാസ കാലത്തെ സ്നേഹിതനായ ഐപ്പ് മത്തായിയുടെ വീട് ആന്റമാനിലായിരുന്നു. അന്ന് അവിടേക്ക് ഒരു കപ്പൽ യാത്രയ്ക്ക് പദ്ധതിയിട്ടെങ്കിലും നടന്നില്ല. ഇന്ന് കടലിലൂടെ ഒരു യാത്ര സാദ്ധ്യമായിരിക്കുന്നു. കൃതജ്ഞതാ നിർഭരമായ ഹൃദയത്തോടെ ഞാൻ റിഷോറിനെ നോക്കി. അയാളും കടൽ യാത്രയുടെ ത്രില്ലിലാണ്.

കടൽ മിക്കപ്പോഴും ഇരുണ്ടിരിക്കാറാണ് പതിവ്. അത് രാത്രികൂടിയാകുമ്പോഴോ! അതുപോലെ ലോകത്ത് വേറെ ഒന്നു കാണുകയില്ല. അതിന്റെ മുന്നിൽ മനുഷ്യൻ എത്ര നിസ്സാരൻ! അതിലേക്ക് നോക്കുക, അപ്പോൾ ഈ ലോകത്ത് നാം ഒന്നുമല്ലെന്ന് മനസ്സിലാകും. എത്രയോ അനന്തമായ പ്രദേശമാണ് കടൽ ഉൾക്കൊള്ളുന്നത്. അതിന്റെ തീരങ്ങളിൽ സായാഹ്നം ചെലവഴിക്കുന്നത് ഹൃദ്യവും മധുരതരവുമാണ്. എന്നാൽ വിശാലമായ സമുദ്രം അപ്രാപ്യമായി കിടക്കുന്നു. കരയിൽ സഹായകമാവുന്ന കാഴ്ച കടലിൽ പ്രയോജനം ചെയ്തെന്നുവരില്ല; കടൽ ജീവികൾക്കുപോലും. അതുകൊണ്ടാകാം കടൽജീവികൾ ശബ്ദം മറ്റൊരു വിനിമയോപാധിയായി സ്വീകരിച്ചത്. ശബ്ദതരംഗങ്ങൾ ഇരുളിലും അവ കൈക്കൊള്ളുന്നു. ഇരയേയും ഇണയേയും തിരിച്ചറിയുവാൻ അത് സഹായകമാവുകയും ചെയ്യുന്നു.

ഷന്നയിൽനിന്ന് യാത്രയാരംഭിച്ചതു മുതൽ ഫെറിയുടെ ഇരുവശത്തുമായി വളരെയേറെ കടൽപ്പറവകൾ കൂടെ പറക്കുവാൻ തുടങ്ങിയതാണ്. ഈ അനുയാത്രയുടെ ഉദ്ദേശ്യത്തെക്കുറിച്ച് സ്വദേശികളായ ഒമാനികളോടും ഫെറിയുടെ ക്യാപ്റ്റനോടും തിരക്കിയെങ്കിലും തൃപ്തികരമായ ഉത്തരം കിട്ടിയില്ല. ഫെറിയിൽനിന്ന് പുറത്തേക്കൊഴുകുന്ന വെളിച്ചത്തിനൊപ്പം അവ പറന്നുകൊണ്ടേയിരുന്നു; ഒന്നര മണിക്കൂറിനുശേഷം മറുകരയെത്തുവോളവും. ഇടയ്ക്ക് ചിറകു കുഴഞ്ഞ് ജലോപരിതലത്തിൽ താണുപറന്നിരുന്നും അരയന്നം കണക്കേ നീന്തിത്തുടിച്ചും തുഴഞ്ഞും വീണ്ടും വെളിച്ചത്തിനൊപ്പം പറന്നുമുള്ള അവയുടെ യാത്ര എന്തിനെന്ന് തിട്ടമില്ല. വാസ്തവത്തിൽ, വെളിച്ചത്തോടുള്ള ഉന്മുഖതയാണ് പ്രചോദനമെങ്കിൽ സാരവത്തായൊരു കൗതുകം തന്നെ. കാഴ്ചയുടെ ഈ പ്രാഥമ്യം നല്കിയത് സ്വപ്നപ്പൊലിമയാണ്. എത്ര പെട്ടെന്നാണ് മുഷിപ്പും മടുപ്പുമകന്ന് യാത്ര ഭാരരഹിതമായതെന്നോ. യാത്രയ്ക്കിടയിൽ അനുഭവസിദ്ധമായ ഈ സ്വാച്ഛന്ദ്യം സമ്മർദ്ദങ്ങൾക്ക് അറുതിവരുത്തിയിരുന്നു. സമുദ്ര സഞ്ചാരത്തിന്റെ ഉദ്ക്കടമായ ഉദ്വേഗങ്ങൾക്കിടയിലും ധ്യാനസ്ഥനാക്കിത്തീർക്കാൻ പോന്ന ഹൃദ്യത ഈശ്വരൻ തെര്യപ്പെടുത്തിയതു

പോലെ തോന്നി. ആ നിഷ്കളങ്ക നിമിഷത്തിൽ അസ്തിത്വാത്മകമായ കേന്ദ്രത്തിലേക്ക് വലിച്ചെറിയപ്പെടുകയും ബാഹ്യപരിധി അപ്രത്യക്ഷമാവുകയും ചെയ്തു. പൊടുന്നനെ ഞാനൊരിക്കലും അറിഞ്ഞിട്ടില്ലാത്ത എന്തോ ഒന്നനുഭവിക്കുമ്പോലെ.

പരസ്പര വിരുദ്ധങ്ങളായ ഇരുളും വെളിച്ചവും ആഴമാർന്ന സംസർഗ്ഗത്തിലായിരിക്കുന്നു. അവ അത്രയ്ക്ക് സഹവർത്തനം ചെയ്യുന്നു. നേരിയ വെളിച്ചത്തിനും ഇരുളിനുമിടയിലൂടെ ഒഴുകുന്ന പറവകൾ. തവിട്ടുനിറമാർന്ന ആ വിഹംഗമങ്ങളുടെ ചിറകുകൾക്കിടയിൽ ലയിച്ചു കിടക്കുന്ന ശുഭ്രതയുടെ ശോഭ ഉദാത്തവും പൗരാണികവുമായ വിശുദ്ധാനുഭൂതി പകർന്നുനല്കുന്നു. ദൈവീകമായ മഹിമയത്രയും ആ വെണ്മയിൽ പ്രസരിപ്പിച്ചിരുന്നു. വർണ്ണങ്ങളുടെ സംഗ്രഹമായ ശുഭ്രത വിശുദ്ധിയുമായി ഒന്നുചേർന്നിരിക്കുന്നു. മനുഷ്യചേതനയ്ക്ക് അസ്പൃശ്യമായ ആ ശ്വേതകാന്തിക്കു മുന്നിൽ ഗബ്രിയേലിനു മുന്നിൽ കന്യാമറിയം എന്നപോലെ ഒരു നിമിഷം വന്ദിച്ചു. ഈശ്വരത്വത്തിന്റെ പ്രതീകമെന്നോണം വർണ്ണങ്ങളുടെ സംയുക്തമായ വെണ്മയ്ക്ക് യോഗാത്മകമായ ധ്വനിയുണ്ടായിരുന്നു. ആദിമ പിതാക്കന്മാരുടെ ധ്യാനവീചികൾ വെള്ളത്തിലൂടെയും പ്രസരിച്ചിരുന്നല്ലോ. വെള്ളവും ധ്യാനവും തമ്മിലുള്ള സംബന്ധം മിസ്റ്റിക്കൽ സംയോഗത്തിന്റേതാണ്. സാത്വിക ഭദ്രമായ വെണ്മ ആഹ്ലാദ ചിഹ്നമായിരിക്കുന്നതുപോലെ ഭീതിയുടെയും സംഭ്രമത്തിന്റെയും കൂടിയാണെന്ന് നാം ഓർക്കണം. വെളുപ്പ് ഭീതിയുമായി ചേർന്നു വരുന്നത് അയുക്തികമായി തോന്നാമെങ്കിലും കരയുമായുള്ള വേർപാടിന്റെ ഇത്തരം വേളകളിൽ, ഭീതിയായിരിക്കും ജനിപ്പിക്കുക. ഈ കടൽപ്പറവകളുടെ വെളുത്ത ചിറകുകളിൽ ആത്മാക്കളുടെ വർണ്ണം ദൃശ്യമാകുമ്പോൾ ഭീതിയായിരിക്കുമല്ലോ പ്രകമ്പിതമാവുക. മനുഷ്യനതീതമായ ശക്തിയുടെ സാന്നിദ്ധ്യമാകാം അതിനു കാരണം.

ജങ്കാർ യാത്ര ദുർഘടമായിരിക്കാമെന്ന് ആശങ്കിച്ചിരുന്നെങ്കിലും കാലാവസ്ഥ അനുകൂലമായിരുന്നതിനാൽ സുഭഗതകൾ അന്തർവഹിച്ചു കിടന്നിരുന്ന സമുദ്രപഥം താണ്ടി ഞങ്ങൾ മറുകരയെത്തി. വഴിവിളക്കുകളുടെ മങ്ങിയ വെളിച്ചത്തിൽ അലസമായി കിടക്കുന്ന മസീറ. എനിക്ക് തീർത്തും അപരിചിതമായ ഒരു സംസ്കൃതിയുടെ, പ്രകൃതിസിദ്ധമായ ഒരിടത്തെ ഞങ്ങൾ സ്പർശിച്ചിരിക്കുന്നു. ഒമാൻ റോയൽ എയർഫോഴ്സിലെ ഉദ്യോഗസ്ഥരുടെ അതിഥി മന്ദിരങ്ങളിലൊന്നിലായിരുന്നു രാപാർക്കേണ്ടിയിരുന്നത്. അതിനാൽ 'റാഫോ'യുടെ പ്രധാന കവാടത്തിലെ ലേബർകാർഡ് പരിശോധന കഴിച്ച് താമസസ്ഥലത്തെത്തി. കടൽത്തീരത്തെ ഇരുപതാം നമ്പർ വീട് ഞങ്ങൾക്കായി കാത്തുകിടന്നിരുന്നു. കുളിയും പ്രാർത്ഥനയും കഴിഞ്ഞ് അത്താഴം കഴിച്ചു. 'റാഫോ'യുടെ മെസിൽനിന്നു കൊണ്ടുവന്ന ഭക്ഷണത്തിന്റെ ഒരംശം മാത്രമേ കഴിക്കാനായുള്ളൂ. നല്ല വിശപ്പുണ്ടായിരുന്നെങ്കിലും യാത്രയുടെ ക്ഷീണത്താൽ ഭക്ഷണം കഴിക്കാൻ വയ്യാത്ത ഒരവസ്ഥ. ശേഷിച്ച ഭക്ഷണ പൊതികളുമായി സുഹൈൽ അൽ അമറി യാത്രാക്ഷീണം വകവെക്കാതെ പുറ

ത്തേക്ക് പോയി. പുറത്തെവിടെയോ ബംഗ്ലാദേശികളായ തൊഴിലാളികൾക്ക് അതു കൊടുത്തശേഷമാണ് അദ്ദേഹം തിരികെയെത്തിയത്. അനേകർ വിശന്നു മരിക്കുന്ന ഈ ലോകത്തിൽ ഭക്ഷണം നഷ്ടപ്പെടുത്തുവാൻ പാടില്ല. അൽ വൊശ്മാനിലെ യാത്രയ്ക്കുശേഷം സുഹൈലുമായി ഒരുമിച്ചു കഴിയാൻ കിട്ടുന്ന സമയമായിരുന്നു അത്. രാവേറെയായിരുന്നില്ലെങ്കിലും കിടക്കുവാൻ ഞങ്ങൾ തീരുമാനിച്ചു. യാത്രയിൽ അശുഭകാരിയായി ഒന്നും സംഭവിച്ചിരുന്നില്ലെങ്കിലും ഒരു പകൽ മുഴുവൻ വണ്ടിയിലായിരുന്നല്ലോ. ഇടയ്ക്ക് 'റാഫോ'യുടെ പരിശീലന വിമാനങ്ങൾ പറന്നുയരുകയും താഴ്ന്നിറങ്ങുകയും ചെയ്തു. അവയുടെ ദിഗന്തങ്ങൾ ഭേദിക്കുന്ന ശബ്ദം രാത്രി ഉറക്കത്തിന് ഭംഗം വരുത്തുമെന്ന് ആശങ്കപ്പെട്ടെങ്കിലും കിടന്നതറിയാതെ പൂർണ്ണ വിശ്രാന്തിയിലേക്ക് ആഴ്ന്നുപോയി.

അതികാലത്ത് ഉണർന്നെഴുന്നേറ്റു. പ്രസന്നമായ കാലാവസ്ഥയായിരുന്നു. ഞങ്ങൾ മൂവരും കടൽത്തീരത്തിലൂടെ നടന്നു. പ്രഭാത നടത്ത. കടൽജീവികളും കക്കകളും ഉരുളൻ കല്ലുകളുമുള്ള തീരം. കടലിൽ തിരയിളക്കമുണ്ടായിരുന്നില്ല. കുറച്ചുദൂരെ ഒരു സ്ത്രീയും പെൺകുട്ടിയും തീരക്കടലിൽനിന്നോ തീരത്തുനിന്നോ എന്തോ ശേഖരിക്കുന്നു. എന്താണെന്നറിയാനുള്ള കൗതുകത്തോടെ ഞങ്ങൾ മുന്നോട്ടു നടന്നു. ഞങ്ങളെ കണ്ടപ്പോൾ അവർ ശിരോവസ്ത്രത്തിന്റെ തിരശ്ശീല താഴ്ത്തിയിട്ട് മുഖം മറച്ചു. അറബ് സംസ്കാരത്തിലുള്ള ആമഗ്നതയാലായിരിക്കാം അവർ തീരംവിട്ട് പോകുകയും ചെയ്തു. പ്രഭാത സ്നാനം ആ തീരക്കടലിൽ ആയാലോയെന്നു ചിന്തിക്കുമ്പോൾ സുഹൈൽ അമറി വിലക്കി. 'പരിചിതമല്ലാത്ത കടലിൽ ഇറങ്ങരുത്' അദ്ദേഹം പറഞ്ഞു. ആകയാൽ ആമജ്ജനം ഞങ്ങൾ കുളിമുറിക്കുള്ളിലാക്കി. ഷവറിലൂടെ നേരിയ ചൂടുവെള്ളം മൂർദ്ധാവിൽ വീണപ്പോൾ എന്തെന്നില്ലാത്ത ഉന്മേഷം തോന്നി. കുളി കഴിഞ്ഞ്, കാലത്ത് ഒരു ചായ നിർബ്ബന്ധമായതുകൊണ്ട് ഞങ്ങൾ പുറത്തേക്ക് പോയി. വടകര സ്വദേശിയായ സത്യന്റെ ഹോട്ടലിൽനിന്നും ചായയും പ്രഭാത ഭക്ഷണവും കഴിച്ചു. രാവിലെതന്നെ റോയൽ എയർഫോഴ്സിന്റെ മിഗ്ഗുകളും എഫ് 16 യുദ്ധവിമാനങ്ങളും അന്തരീക്ഷത്തിൽ തലങ്ങും വിലങ്ങും പറന്ന് പരിശീലനം നടത്തിക്കൊണ്ടിരുന്നു; അസഹനീയമായ ഇരമ്പലോടെ. മസീറാ ദ്വീപിന്റെ പടിഞ്ഞാറെ മുനമ്പിലാണ് 'റാഫോ' യുടെ ആസ്ഥാനം. മുനമ്പിൽനിന്നും കടലിനു മുകളിലൂടെ വിമാനങ്ങൾക്ക് പറന്നുയരാവുന്ന വിധത്തിലാണ് ക്രമീകരണങ്ങൾ. റാഫോയുടെ ഉള്ളിലെ നിഗൂഢതകളിലേക്ക് മറ്റൊരാൾക്കും പ്രവേശനമില്ല. പ്രത്യൂഷത്തിന്റെ വിഭൂഷകൾക്കു മീതെ പരിശീലനത്തിലേർപ്പെട്ടിരിക്കുന്ന ഓരോ വിമാനങ്ങളും സംഹാരരൂപിയായി തീരാവുന്ന ആക്രമണ പ്രത്യാക്രമണങ്ങളെ അന്തർവ്വഹിച്ചിരിക്കുന്നു. ആ കഠോരമായ ഇരമ്പങ്ങളിൽ എത്രയോ കണക്കറ്റ നിരപരാധികളുടെ നിലവിളി ഉൾച്ചേർന്നേക്കാം.

കൊളോണിയൽ അധിനിവേശത്തിന്റെയും ആഭ്യന്തര കലാപങ്ങളുടെയും പൂർവ്വസ്മൃതി പേറുന്ന രാജ്യമാണല്ലോ ഒമാൻ. ശിലായുഗ കാലത്തെ സംസ്കൃതിയുടെ അവശേഷിപ്പുകൾ ഉദ്ഖനനം ചെയ്യപ്പെട്ടി

മസീറാ ദ്വീപിലെ ആവാസം

ട്ടുണ്ട്. ലോഹസംസ്കരണത്തിലും ഉപയോഗത്തിലും നിപുണരായിരുന്നു ആദിമ ഒമാനികൾ. ക്രിസ്തുവർഷാരംഭത്തിന് എത്രയോ നൂറ്റാണ്ടുകൾക്ക് മുമ്പുതന്നെ സമുദ്രയാത്രയും വ്യാപാരവും ചെയ്തിരുന്നതായും കപ്പൽ നിർമ്മിച്ചിരുന്നതായും അക്കാഡിയൻ ചരിത്രരേഖകൾ സാക്ഷ്യപ്പെടുത്തുന്നു. പച്ചച്ച ജബലുകളിലും സാരസാർദ്രമായ താഴ്‌വാരങ്ങളിലും വേട്ടയാടി ഉപജീവിച്ച ആദിമ നിവാസിയിൽനിന്നും കപ്പൽ വാണിജ്യങ്ങളും ഭൂഗർഭ ജലസേചന കനാലുകളും റോഡും നഗരങ്ങളുമുള്ള പുരോഗതിയുടെ മിടിപ്പുകളോടൊപ്പം വൈദേശികാക്രമണങ്ങളും ആവിർഭവിച്ചു.

ബി സി ആറാം നൂറ്റാണ്ടിൽ സൈറസ് ചക്രവർത്തി ഒമാനെ ആക്രമിച്ചു കീഴ്പ്പെടുത്തി. ക്രിസ്തുവിനുശേഷം എട്ടാം നൂറ്റാണ്ടുവരെ വടക്കുകിഴക്കൻ പ്രദേശങ്ങൾ പേർഷ്യൻ സാമ്രാജ്യത്തിന്റെ അധീനതയിലായിരുന്നു. ക്രിസ്തു വർഷാരംഭത്തിൽത്തന്നെ അസദ് വംശജരുടെ കുടിയേറ്റമുണ്ടായി. പ്രവാചകനായ മുഹമ്മദിന്റെ കാലത്തുതന്നെ ഇസ്ലാമതം സ്വീകരിച്ചത് ജന്മാന്തരങ്ങൾക്കു ലബ്ധമായ പുണ്യമായി കരുതപ്പെടു

ന്നു. സ്വപ്നം കണക്കേ ഒമാന്റെ ജബലുകൾക്കു മീതെ സൂറാതത്ത്വങ്ങൾക്കനുസൃതമായ ഇസ്ലാം മതം വ്യാപിച്ചു. അപൂർവ്വമായ അനുഭവ സമ്പത്തിലൂടെ 'ഉലമ'യെന്ന മതപണ്ഡിത സദസ്സും ഇമാം എന്ന ആത്മീയ നേതാവും രൂപമെടുത്തത് ഒമാനി ചരിത്രത്തിൽ പത്മദളം പോലെ ശോഭിക്കുന്നു. വൈദേശീയാക്രമണങ്ങൾക്കു വിധേയമായിക്കൊണ്ടിരുന്ന ഒമാനിൽ എട്ടാം നൂറ്റാണ്ടോടുകൂടി ഇമാമേറ്റ് ഓഫ് ഒമാൻ എന്ന സ്വതന്ത്ര രാജ്യം സ്ഥാപിക്കപ്പെട്ടു. പതിനാറാം നൂറ്റാണ്ടിന്റെ ആരംഭത്തിൽ ഒമാന്റെ തീരദേശങ്ങളും മസ്കറ്റും പോർട്ടുഗീസധീനതയിലായി. ആയിരത്തി അറുനൂറ്റി നാല്പത്തി ഒമ്പതിൽ സുൽത്താൻ ബിൻ സെയ്ഫ് പോർട്ടുഗീസുകാരിൽനിന്നും ഒമാനെ സ്വതന്ത്രമാക്കി. ഇന്ത്യൻ അതിർത്തിയോളം പറങ്കികളെ പിന്തുടർന്ന് ഓടിച്ചെന്നത് ചരിത്രം. തുടർന്നുള്ള കാലം, ഒമാന്റെ ഏകീകരണവും സ്വാതന്ത്ര്യവും ലക്ഷ്യംവെച്ച ഭരണാധികാരികൾ വിദേശ രാജ്യങ്ങളുമായി നല്ല ബന്ധം സ്ഥാപിച്ചുതുടങ്ങി. പതിനെട്ടാം നൂറ്റാണ്ടായപ്പോഴേക്കും ആഭ്യന്തര കലാപങ്ങൾക്കും അറുതിവന്നു. അതോടെ, നിർമ്മാണ പ്രവർത്തനങ്ങൾക്ക് വേഗതയേറി. ജലസേചന കനാലുകളുടെ നിർമ്മാണങ്ങളിലൂടെ കാർഷിക പുരോഗതി ഉറപ്പുവരുത്തി. വിദേശ രാജ്യങ്ങളുമായി വ്യാപാര കരാറുകളിലേർപ്പെട്ടു.

ചരിത്രം ഉറങ്ങിക്കിടക്കുന്ന കൊട്ടാര ഇടനാഴികൾ, ഗതകാല സ്മൃതികളുടെ ഭാണ്ഡം പേറി മരുവുന്ന മന്ദിരങ്ങളും മിനാരങ്ങളും, കോട്ടകൾക്കും കൊട്ടാരങ്ങൾക്കും ഉള്ളിലൂടെ ഒഴുകുന്ന 'ഫലജ്' തെളിനീർ പ്രവാഹം. അവ കൊണ്ടുവരുന്ന കുളിർമ്മ. അങ്ങനെ നൂറ്റാണ്ടുകളുടെ പൈതൃകം പേറുന്ന ചരിത്രസ്ഥലികൾ ഇന്നും പവിത്രമായി ഉപചരിക്കപ്പെടുന്നു. എന്തെല്ലാമോ രീതിയിലുള്ള ജനായത്തത്തിന് സ്ഥാനമില്ലാത്ത ഭരണരീതിയാണ് കാലങ്ങളായി ഇവിടെ നിലവിലുള്ളത്. റീജിയണുകളായി വിഭജിച്ചിരിക്കുന്ന രാജ്യത്തിന് സുൽത്താൻ ഏകഭരണാധികാരിയാണ്. മന്ത്രിസഭയും ഉദ്യോഗസ്ഥ സ്ഥാനികളുമുണ്ടെങ്കിലും സുൽത്താന്റെ നിർണ്ണയമാണ് ഒമാനിൽ. വർത്തമാനത്തിൽ, സുൽത്താൻ ബിൻ സെയ്ദ് കാബൂസ് രാജ്യഭാരം ചെയ്യുന്നു. അകമ്പടിയില്ലാതെ തെരുവിലൂടെ നടക്കുകയും ഉപാധികളേതുമില്ലാതെ ജനത്തോട് ആശയവിനിമയം നടത്തുകയും ചെയ്തിരുന്ന, പക്ഷഭേദമില്ലാതെ ചുമതല നിർവ്വഹിക്കുന്ന അന്താരാഷ്ട്ര സമാധാന പുരസ്കാരങ്ങൾ തേടി വന്നിട്ടുള്ള ആ മഹാമാനുഷിയുടെ ആധിപത്യത്തിൻകീഴെ രാജ്യം സുരക്ഷിതവും സന്തുഷ്ടവുമാണ്. ഭൗതിക സാഹചര്യങ്ങൾ മെച്ചപ്പെടുത്താനും സുരക്ഷിതത്വം ഉറപ്പുവരുത്തുവാനും ശക്തമായ സേനകളും പൊലീസും സ്പെഷ്യൽ ഫോഴ്സും നിലവിലുണ്ട്. സേനകളിൽ സുശക്തമായ വായുസേനയുടെ പരിശീലന വിമാനങ്ങളാണ് ഈ മസീറാ ദ്വീപിനു മുകളിൽ വട്ടമിട്ടു പറന്നുകൊണ്ടിരിക്കുന്നത്.

മസീറാ പൂർണ്ണമായും മനോഹരവും സാമാന്യം സുഖസൗകര്യങ്ങൾ നിറഞ്ഞതുമായ ഒരു സംവിധാനമാണ് ഒരുക്കിയിരിക്കുന്നത്. ശുചിത്വത്തോടെയും സൗന്ദര്യബോധത്തോടെയും സംരക്ഷിച്ചിരിക്കുന്ന സമുദ്രതീര

വിനോദകേന്ദ്രങ്ങൾ. ആധുനിക നഗര പരിഷ്കൃതിയുടെ പ്രതീകമെന്നോണം ബാങ്കുകളും പെട്രോൾ പമ്പുകളും കമ്പോളവും ഹെൽത്ത് സെന്ററുകളും സ്കൂളും തുടങ്ങിയ സ്ഥാപനങ്ങളെല്ലാം മസീറയിലുണ്ട്. ഇത്തിരിപ്പോന്ന നഗരത്തിനു പുറത്തു കടന്നാൽ പൗരാണികത മുറ്റി നില്ക്കുന്ന തുറമുഖ ഗ്രാമങ്ങളും ആവാസസ്ഥലികളും. ബലദിയായുടെ പ്രത്യേക മാർക്കറ്റ് സ്ഥലങ്ങളിൽ മിക്കയിടത്തും വെച്ചു വാണിഭക്കാർ ബദുക്കളായ സ്ത്രീകളാണ്. കല്ലുകളും കക്കകളുംകൊണ്ട് അവർതന്നെ നിർമ്മിച്ചിട്ടുള്ള മാലകളും വളകളും അലങ്കാര സാമഗ്രികളുമൊക്കെയാണ് കച്ചവടം ചെയ്യുന്നത്. തദ്ദേശീയ ഉല്പന്നമായതിനാൽ വില അല്പം കൂടുമെന്നാണ് കച്ചവടക്കാരുടെ വാദം.

ഏതാണ്ട് നൂറ്റി അമ്പതു കിലോമീറ്റർ ചുറ്റളവിൽ വിസ്തീർണ്ണമുള്ള മസീറാ ദ്വീപിലെ കാഴ്ചകളിലേക്ക് ഞങ്ങൾ യാത്രയാരംഭിച്ചു. ഒരാൾത്തിരക്കുമില്ലാത്ത വഴിയിലൂടെ ഞങ്ങൾ മുമ്പോട്ട് നീങ്ങി. സൂർ മസീറയിലെത്തിയപ്പോൾ കുറച്ച് ഉള്ളിലേക്ക് കയറി കടൽത്തീരത്തിലൂടെ വണ്ടി ഓടിച്ച് കയ്റ്റ് ബോർഡിങ് ക്യാമ്പിലെത്തി. ഏകാന്തതയെന്ന പരമാർത്ഥം സ്വയം അംഗീകരിച്ചുകഴിഞ്ഞ മമ്മൂൻ എന്ന ബംഗാളി യുവാവും രണ്ടു പൂച്ചകളുമല്ലാതെ മറ്റാരും അവിടെയില്ല. സമുദ്രത്തിനു മുകളിലൂടെ തെന്നി പറന്നു നടക്കുന്ന പാരാഗ്ലൈഡിങ് കായികവിനോദം പരിശീലിപ്പിക്കുന്നിടമാണത്. ലോകത്തിന്റെ വിവിധ കോണുകളിൽ നിന്നുള്ളവർ ഇവിടെ വന്ന് പരിശീലനത്തിലേർപ്പെടുന്നു. അതെല്ലാം അതിനു നിശ്ചയിക്കപ്പെട്ടിരിക്കുന്ന സീസണിൽ ആണെന്നു മാത്രം. ജീവിതം, കുറേ ധനം സമ്പാദിക്കുകയും ഒരിടത്ത് തടഞ്ഞു നിർത്തപ്പെടുകയും ചെയ്യേണ്ടതല്ലെന്ന് ബോദ്ധ്യമുള്ളവരാണ് ഇവിടെ വരിക; ജീവിതഗതിയെ ചലനാത്മകമാക്കി നിലനിർത്തണമെന്നാഗ്രഹിക്കുന്നവർ. നട്ടുവളർത്തി പരിപാലിക്കുന്ന ഒരു ബദാം വൃക്ഷത്തിന്റെ തണൽപ്പറ്റി നിർമ്മിച്ചിരിക്കുന്ന ഒരു താല്ക്കാലിക സംവിധാനമാണ് പരിശീലനകേന്ദ്ര കാര്യാലയം. കടൽജീവികളുടെ അസ്ഥികളും കക്കകളും പ്രത്യേക ആകർഷകത്വമുള്ള കല്ലുകളും ചേർത്ത് അലങ്കരിച്ചിരിക്കുന്ന ആ ആഫീസ് മുറി കടലിനഭിമുഖമാണ്. ഒരിരുമ്പു തകരത്തിൽ നിർമ്മിച്ചിട്ടുള്ള രണ്ട് ചെറിയ ഷെഡുകളും മൂന്നു നാല് ഇന്തൽപ്പനകളും മാത്രമാണ് ആ കടൽത്തീരത്തുള്ളത്. ആ ഷെഡുകളിലൊന്നിലാണ് മമ്മൂന്റെ വാസം. അയാൾ തയ്യാറാക്കിയ സുലൈമാനി ചായ ഞങ്ങൾക്ക് തരുമ്പോൾ അയാളുടെ കണ്ണുകളിൽ സഹജീവികളുടെ സാന്നിദ്ധ്യം ദീപ്തിയായി നിറയുന്നുണ്ടായിരുന്നു.

വെയിലിൽ കുളിച്ചുകിടക്കുന്ന ഉൾക്കടൽ. പ്രശാന്തമായ സമുദ്രാന്തരീക്ഷം. അൽ ഹമർ മലയുടെ കാൽച്ചുവട്ടിലായി സമുദ്രം തിരയടിച്ചു പൊന്തുന്നു. കടലിൽ പാദങ്ങളൂന്നി നില്ക്കുന്ന മലയുടെ അടിവാരത്തിലെ സമുദ്രതീരത്ത് കക്കകൾ പറ്റിപ്പിടിച്ചു കിടക്കുന്ന പാറകളിലൊന്നിൽ ഞങ്ങളിരുന്നു. അറബിക്കടലും ഇന്ത്യൻ മഹാസമുദ്രവും കൂടിച്ചേരുന്നത് നന്നായിക്കാണാം. ഒരിടത്ത് കടൽ ശാന്തമാണ് മറുവശത്ത് തിരകൾ അടങ്ങാത്ത അലകടൽ. സ്വച്ഛന്ദമായ നീലാകാശം. ആകാശ ചെരിവിലൊരി

ടത്ത് ഒറ്റപ്പെട്ട് വെളുത്ത മേഘശകലങ്ങൾ. തെളിഞ്ഞു പ്രകാശിക്കുന്ന വെയിൽ. എന്നാൽ ആഞ്ഞടിക്കുന്ന കാറ്റിന് കടലിന്റെ തണുപ്പുണ്ടായിരുന്നു.

വെളുത്ത നിറവും നീലക്കണ്ണുകളുമുള്ള ഒരു വിദേശ വനിത നീന്തൽ വസ്ത്രം ധരിച്ച് കുറച്ചകലെയായി കടൽത്തീരത്ത് തനിയെ ഇരിക്കുന്നു. അവർ ഞങ്ങളെ ശ്രദ്ധിച്ചതേയില്ല. അവർ അവരുടെ സ്വന്തം ലോകത്തിലാണ്. അവരുടെ സമീപത്തായി കാരവൻ മാതൃകയിലുള്ള ഒരു വാഹനം പാർക്ക് ചെയ്തിരിക്കുന്നു. അതിനുള്ളിൽ അവരുടെ ആരെങ്കിലുമുണ്ടോയെന്നറിയില്ല.

അൽ ഹമറിന്റെ ഗിരിമൂലത്തിലെ പാറകളിലൊന്നിലാണ് ഞങ്ങളിപ്പോൾ. പാറക്കെട്ടുകളിൽ ഒരുവശത്ത് നുരപൊന്തുന്ന തിരച്ചാർത്ത്. മറുവശം ശാന്തം. ഇന്ത്യൻ മഹാസമുദ്ര തിരമാലകൾ ഒമാന്റെ മാറിടത്തിലേക്കു പടരുന്നു. അറബിക്കടലിന്റെ നീലവർണ്ണങ്ങളും സർവ്വദാ തിരകളടിച്ചു പൊന്തുന്ന ഇന്ത്യൻ മഹാസമുദ്രത്തിന്റെ കാളിമയും സമ്മേളിക്കുന്ന ആഖീർ മസീറ. കടലിലേക്കിറങ്ങി കിടക്കുന്ന പാറകളിൽ എണ്ണിയാലൊടുങ്ങാത്തത്ര കക്കകളും കടൽജീവികളും പറ്റിപ്പിടിച്ചു കിടന്നിരുന്നു. രണ്ടു മഹാസമുദ്രങ്ങളുടെ സംക്രമിക്കലിൽ നുരഞ്ഞു പൊന്തുന്ന തിരമാലകൾ അൽ ഹമറിന്റെ പാദങ്ങളെ തഴുകിക്കൊണ്ടേയിരുന്നു. കക്കാതോടുകൾ ചിതറിക്കിടക്കുന്ന വെണ്മണൽത്തീരം. രൗദ്രമല്ലാത്ത കടൽക്കാറ്റ്. മേലെ നീലാകാശവും ധവള മേഘങ്ങളും. ഇവയെല്ലാം ചേർന്ന് രൂപപ്പെടുത്തിയിരിക്കുന്ന പ്രകൃതീ പ്രതിഭാസമാണ് അവസാനത്തെ മസീറയെന്ന ബറസാസ് ബീച്ച്.

പ്രഭാത നക്ഷത്രങ്ങൾ ഗീതങ്ങളാലപിക്കയും ദൈവപുത്രന്മാർ സന്തോഷിച്ചാർക്കയും ചെയ്യുന്നത്, പ്രകൃതി നിത്യതയെ സ്പർശിക്കുന്ന ഇവിടെയായിരിക്കാം. ഗർഭത്തിൽനിന്നും സമുദ്രം പൊട്ടിപ്പുറപ്പെട്ടപ്പോൾ ഇവിടെവരെ നിനക്കുവരാം അതിനപ്പുറമരുത് എന്നിങ്ങനെ നിശ്ചയിച്ച അതിർത്തി ഇതായിരിക്കാം. ഉദ്ധതമായ തിരകൾ പാറപ്പരപ്പുകളിൽ ചിതറിത്തെറിച്ച് മടങ്ങിപ്പോകുന്നു. ആഴിയുടെ ആഴങ്ങളോളം അഗാധത്തിന്റെ കവാടങ്ങളോളം ഭൂമിയുടെ വിശാലത വെളിപ്പെട്ടിട്ടുണ്ടോ?

ആഖിർ മസീറയിൽനിന്നും കടൽക്കാറ്റിനെ പ്രതിരോധിച്ച് സൃഷ്ടിയോളം പുരാതനമായ പ്രൗഢിയാർന്ന ഭൂതകാലത്തിന്റെ സാക്ഷിയെന്നപോലെ നില്ക്കുന്ന ജബൽ അൽ ഹമറിനെ ചുറ്റി വളഞ്ഞ് വണ്ടി എതിർദിശയിലേക്ക് തിരിഞ്ഞു. ജൈവസ്പർശമേല്ക്കാത്ത ഇരുണ്ട തവിട്ടുനിറമാർന്ന ജബലും താഴ്വാരവും; ഭൂമി പാഴും ശൂന്യവുമായി കിടന്നിരുന്ന ആദിയിലെന്നപോലെ. ഭീതിയും ഉൽക്കണ്ഠാകുലവുമായി ആ നിമിഷങ്ങൾ അനുഭവപ്പെട്ടു. ഒരു പുൽനാമ്പിന്റെ പച്ചപ്പോ ജീവകണികയുടെ നേരിയ തുടിപ്പോ എങ്ങും കാണാനില്ലായിരുന്നു. ഭൂമിയപ്പോൾ പാഴും ശൂന്യവുമായിരുന്നു. പ്രകൃതിയുടെ ഈ വൈചിത്ര്യത്തിന് ദൈർഘ്യമൊന്നുമില്ലെന്നോണം കുറച്ചു ചെല്ലുമ്പോൾ ഒരു കിണർ. അഗ്നിപർവ്വത ലാവ തണുത്തുറഞ്ഞ് രൂപപ്പെട്ടതുപോലെ വന്യവും ഊഷരവുമായിരുന്നു ഇതു

വരെ. ഇതാ ഭൂമിയുടെ കാരുണ്യം പോലെ കിണറും കിണറിനപ്പുറം ഹരിത സമൃദ്ധിയും പ്രകൃതിയുടെ കനിവിന്റെ ചിഹ്നംപോലെ ഹരിത സമൃദ്ധമായ തോട്ടം. ഊഷരതയ്ക്കു ബദൽ ഉർവ്വരത. പോയ കാലത്തിന്റെ സ്മരണകളുണർത്തുന്ന കിണറിൽനിന്നും സുഹൈൽ അമറി വെള്ളം കോരി കുടിച്ചു. ഇത്തിരി സന്ദേഹവും സംശയവുമുണ്ടായിരുന്നതിനാൽ ഞങ്ങൾ രണ്ടുപേരും കുടിക്കുവാൻ തയ്യാറായില്ല. ഫറവോയുടെ കൊട്ടാരത്തിൽ നിന്നോടിപ്പോയ മോശ മിദ്യാൻ മരുഭൂമിയിലെ കിണറിനരികെ നില്ക്കുന്ന ഉല്പത്തി പുസ്തകത്തിലെ ചരിത്രം ഓർത്തുകൊണ്ട് തോട്ടത്തിലേക്കു നടന്നു. തടിയും മരക്കഷണങ്ങളും കൂട്ടിക്കെട്ടി നിർമ്മിച്ചിരിക്കുന്ന ഗേറ്റിനു മുന്നിലെത്തിയപ്പോൾ പിൻവശം തുറന്ന ഒരു പിക് അപ് വാൻ എതിരെ വന്നു നിന്നു. അതിനുള്ളിൽ നിന്നിറങ്ങിവന്ന വയോവൃദ്ധനായ ഒരു ഒമാനി സുഹൈൽ അമറിയെ ആചാരപ്രകാരം ആലിംഗനം ചെയ്യുകയും പരസ്പരം കബീലകൾ പറഞ്ഞ് പരിചയപ്പെടുത്തുകയും ചെയ്തു. ഖലീഫ് ഫൈൽ അൽ അറയ്മി. റോയൽ എയർഫോഴ്സിലെ ഉദ്യോഗസ്ഥനായിരുന്നു. “പൂർവ്വികരുടെ കാലം മുതൽക്കേ ഇവിടെ താമസിക്കുന്നു. സെറബീസ് എന്ന ഈ സ്ഥലം ഇന്ന് അറിയപ്പെടുന്നത് അറയ്മിയെന്നാണ്.” സുഹൈലിനു നേരെ സിഗരറ്റുപെട്ടിയും ലൈറ്ററും നീട്ടിക്കൊണ്ട് അദ്ദേഹം പറഞ്ഞു. “ഒരു കാലത്ത് മീൻപിടിത്തവും ആടു വളർത്തലുമായിരുന്നു ഞങ്ങളുടെ ഉപജീവനമാർഗ്ഗം. ഇന്ന് കുട്ടികൾ പഠിക്കുവാൻ തുടങ്ങി. മസ്കറ്റിലും മറ്റും ജോലി ചെയ്യുന്നവരുമുണ്ട്. മറ്റു ജോലി ചെയ്യുന്നവരുമുണ്ട്. എങ്കിലും പ്രധാന തൊഴിൽ മത്സ്യബന്ധനം തന്നെ.”

ആമകൾ മുട്ടയിടുന്ന സ്ഥലത്തെക്കുറിച്ച് ഞങ്ങൾ ഖലീഫ് അറയ്മിയോട് ചോദിച്ചു.. അതേക്കുറിച്ച് അദ്ദേഹം വിശദമായി പറഞ്ഞു. മുമ്പോട്ടു പോകുന്നിടത്ത് കൊടിയ വളവു കഴിഞ്ഞുള്ള ബിയാത്ത് ബീച്ചിലാണ് ആമകൾ മുട്ടയിടാനെത്തുക; ജൂൺ ജൂലായ് മാസങ്ങളിൽ. തീരത്തെ മണലിൽ വലിയ കുഴികളുണ്ടാക്കി അതിനുള്ളിലാണ് മുട്ടയിടുക. മണലിൽ തല സ്വയം പൂഴ്ത്തിവെച്ച് നൂറോളം മുട്ടകളാണ് ഒരു കൂർമ്മം കുഴിക്കുള്ളിലേക്ക് നിക്ഷേപിക്കുക. ഇടയ്ക്കിടെ കുഴിക്കുള്ളിലേക്ക് മണൽ തൂകികൊണ്ടിരിക്കും. രണ്ടുമണിക്കൂറിലധികം സമയമെടുത്താണ് ഈ പ്രക്രിയ പൂർത്തീകരിക്കുക. മുട്ട നിക്ഷേപിച്ചുകഴിഞ്ഞാൽ അവിടം പൂർണ്ണമായും മണൽ നിരത്തി മൂടിയശേഷം കുറച്ചകലെയായി മറ്റൊരു വ്യാജഗർത്തം ഉണ്ടാക്കിയിട്ട് കടലിൽ അപ്രത്യക്ഷമാകുന്നു. ശത്രുക്കളെ വഴിതെറ്റിക്കുവാനുള്ള കൂർമ്മത്തിന്റെ ഈ ബുദ്ധി പ്രയോഗത്തിൽ നിന്നാവാം ‘കൂർമ്മബുദ്ധി’ എന്ന പ്രയോഗം ഉണ്ടായത്. രണ്ടു മാസത്തിനുശേഷം മുട്ടവിരിഞ്ഞ് പുറത്തുവരുന്ന ആമക്കുഞ്ഞുങ്ങൾ അതിജീവനത്തിന്റെ വഴിയിൽ സമുദ്രത്തിന്റെ ആഴങ്ങളിലേക്ക് യാത്രയാവുന്നു. അവ പൂർണ്ണ വളർച്ചയെത്താൻ മൂന്നു ദശാബ്ദക്കാലം വേണ്ടിവരും. മൂന്നു വർഷത്തിലൊരിക്കൽ മാത്രമാണ് പ്രജനനത്തിനായി ആമകൾ തീരമണയുക. ആഴക്കടലിൽനിന്നും നക്ഷത്രങ്ങളെ നോക്കിയാണ് അവ അതേ തീരമണയുക. അതും നിലാവുള്ള രാത്രികളിൽ. വെള്ളക്കാരായ വിദേശികൾ കടൽത്തീ

രത്ത് കൂടാരമടിച്ച് ആഴ്ചകളും മാസങ്ങളും താമസിച്ച് ആമകളുടെ പ്രജനന പ്രക്രിയയെ നിരീക്ഷിക്കാറുണ്ടെന്ന് ഖലീഫ് അറയ്മി പറഞ്ഞ് നിർത്തി.

കടലിനോട് ചേർന്നു നില്ക്കുന്ന ജബൽ അൽ ഹമറിന്റെ മടക്കുകളിലൂടെ വളവും തിരിവുമുള്ള വീതികുറഞ്ഞ പാതയിലൂടെ യാത്രതുടർന്നു. മലയുടെ പാർശ്വങ്ങളിൽ കടലോരത്ത് ചെറുഗ്രാമങ്ങൾ. സ്വദേശികളായ ബദുക്കളുടെ വീടുകളും വീടിനോട് ചേർന്നു തൊഴുത്തുകളും ഉണ്ട്. ഇടയ്ക്കൊക്കെ പുതിയ സിമന്റ് വീടുകളുണ്ടെങ്കിലും കൂടുതലും പൗരാണിക അറബ് ശൈലികളിലുള്ള വീടുകളാണ്. പൗരാണികമായ വെർണാക്കുലർ മാതൃകയെ അനുസ്മരിപ്പിക്കുന്ന ഒരു വീടിന്റെ കവാടത്തിനു പുറത്ത് പ്രത്യേകം സജ്ജീകരിച്ചിട്ടുള്ള ചുവരുകളില്ലാത്ത, മേല്ക്കൂര മാത്രമുള്ള വിശ്രമസ്ഥലത്ത് കുറച്ചുപേർ ഇരിക്കുന്നതുകണ്ട് സുഹൈൽ ഞങ്ങളെയും കൂട്ടി അവിടേക്ക് കയറിച്ചെന്നു. സെയിദ് ഹമ്മദ് അൽ ജാഫറി അദ്ദേഹത്തിന്റെ സുഹൃത്തിനോടൊപ്പം സംസാരിച്ചിരിക്കുകയാണ്. സെയിദ് ജാഫറിയുടെ സഹധർമ്മിണിയും രണ്ട് പെൺമക്കളും അവരുടെ കുട്ടികളും അവരോടൊപ്പം ഉണ്ട്. ദിഷ്ഡാഷ് കുപ്പായം ധരിച്ചിരുന്ന അൽ ജാഫറി വൃദ്ധനും ക്ഷീണിതനുമായി കാണപ്പെട്ടു. അദ്ദേഹം തലയിൽ വെച്ചിരുന്ന ഖോഫീയാ തൊപ്പിക്കു മുകളിലൂടെ ഷെമാക് അലസമായി ചുറ്റി ഇട്ടിരുന്നു.

കറുത്ത തുണികൊണ്ടു തുന്നിയിട്ടുള്ള അഭയ ധരിച്ചിട്ടുള്ള സ്ത്രീകൾ മൂക്കിനു മുകളിലായി ഒരു പ്രത്യേക തരം പട്ട ഉറപ്പിച്ചുവെച്ചിരുന്നു. അതിനു മീതെ മുഖം മറയ്ക്കുവാനുള്ള മുഖപടങ്ങൾ തലയ്ക്കു മുകളിലൂടെ പിറകിലേക്ക് ഇട്ടിരുന്നു. ഞങ്ങളെ കണ്ടയുടൻ തന്നെ ഒരു പെൺകുട്ടി ഒഴികെ സ്ത്രീകൾ എല്ലാവരും മുഖം തിരശ്ശീലകൾക്കുള്ളിൽ മറച്ചു. മുഖം മറയ്ക്കാതെയിരുന്ന കുട്ടി പഠനം കഴിഞ്ഞ് ജോലി പ്രതീക്ഷിച്ചിരിക്കുകയാണെന്ന് ആംഗലേയ ഭാഷയിൽ ഞങ്ങളോട് പിന്നെ പറഞ്ഞു. ഞങ്ങൾ ആരെന്നത് സുഹൈൽ അമറി അവരോട് പറയുകയും ഒന്നിലധികം തവണ അൽ ജാഫറിയെ ചേർത്തുപിടിച്ച് ആചാരപരമായ ആലിംഗനം നടത്തുകയും ചെയ്തു. മസീറാ ദ്വീപ് കാണുകയെന്നതാണ് ഞങ്ങളുടെ യാത്രയുടെ പ്രധാനോദ്ദേശ്യമെന്ന് സുഹൈൽ അറബി ഭാഷയിൽ പറഞ്ഞുകേട്ടപ്പോൾ അൽ ജാഫറി സന്തോഷവാനായി. ലളിതമായ ആ വസതിയും വിനീതമായ ആ കുടുംബവും ഞങ്ങൾക്ക് പെട്ടെന്ന് പരിചിതമായനുഭവപ്പെട്ടു. വൃത്തിയുള്ള സിമന്റ് തറയിൽ വിരിച്ചിട്ടിരിക്കുന്ന അറേബ്യൻ പരവതാനിയിൽ ഉരുളൻ തലയിണകൾ ചാരി ഞങ്ങൾ ഇരുന്നു. വലിയ തളികകളിൽ നിറയെ പഴവർഗ്ഗങ്ങളും പ്രത്യേകതരം തമറും കാവയും ഞങ്ങൾക്കു മുന്നിൽ നിരത്തി. സ്നേഹാതുരതയോടെ ഞങ്ങൾ ആ ആതിഥേയ സൽക്കാരങ്ങളിൽ പങ്കുകൊണ്ടു. കാവ കുടിച്ചു കഴിഞ്ഞപ്പോൾ വീണ്ടും ഉടനെ ഫ്ളാസ്കിൽനിന്നും ചൂട് കാവ നിറച്ചു വെച്ചു. മതിയാക്കിയിരിക്കുന്നത് വെളിപ്പെടുത്തുന്നതിനായി കപ്പ് ഒരു പ്രത്യേകതരത്തിൽ ചലിപ്പിക്കുന്നത് അൽ ജാഫ്റി കാണിച്ചുതന്നു.

അങ്ങോട്ട് എന്തെങ്കിലും നല്കുവാനുള്ള ഒരു സന്ദർഭവും ഉണ്ടായിരുന്നില്ല. എന്നിട്ടും ആ സൽക്കാരത്തിൽ ഒട്ടും വൈരസ്യം ഞങ്ങൾക്കനുഭവപ്പെട്ടില്ല. ഇനിയെന്നെങ്കിലും മസീറാ സന്ദർശിക്കുമെങ്കിൽ അപ്പോൾ വരണമെന്നു പറഞ്ഞ് ഞങ്ങളെ യാത്രാമംഗളങ്ങൾ നേർന്ന് യാത്രയാക്കി. സ്നേഹം നിറഞ്ഞുനിന്ന ആ ബദു കുടുംബത്തോടൊപ്പം ചെലവിട്ട നിമിഷങ്ങൾ ഊഷ്മളമായിരുന്നു.

സമയം അഞ്ചുമണിയാകുന്നതേയുള്ളൂ. ഊതിക്കാച്ചിയ സ്വർണ്ണ തളിക കണക്കേ സൂര്യൻ പടിഞ്ഞാറെ ആകാശച്ചെരിവിൽ തിളങ്ങിനിന്നിരുന്നുവെങ്കിലും മസീറാ ദ്വീപിനു മീതെ ഇരുട്ട് പരന്നു തുടങ്ങിയിരുന്നു. ഇതിനു മുമ്പ് കണ്ടിട്ടില്ലാത്ത ഒരസ്തമയ പ്രത്യക്ഷമായിരുന്നു അത്. പ്രകൃതിയുടെ ഈ പ്രസാദം എന്നെ ഉന്മേഷവാനാക്കി. മസീറയിൽ പോകേണ്ടതും കാണേണ്ടതുമായ പല സ്ഥലങ്ങളും ബാക്കിയാണ്. പകൽ കഴിഞ്ഞിരുന്നതിനാൽ അന്നത്തെ കാഴ്ചകൾ അവസാനിപ്പിച്ചു.

കുളിയും പ്രാർത്ഥനയും കഴിഞ്ഞ് മസീറാ ഐലൻഡ് റിസോർട്ടിൽ എത്തുമ്പോൾ സന്ധ്യ കഴിഞ്ഞിരുന്നു. മസീറാ ഐലൻഡ് റിസോർട്ട് ആ ദ്വീപിലെ ഏക പഞ്ചനക്ഷത്ര ഹോട്ടലാണ്. കടലിനെതിർപാർത്തു നില്ക്കുന്ന ഒരു ചെറിയ കുന്നിൻ ചെരിവിൽ ഹൃദ്യമായി നിർമ്മിച്ചിരിക്കുന്ന ഹോട്ടൽ കെട്ടിടങ്ങൾ. മനോഹരവും വിശാലവുമായ പ്രധാന വാതിൽ കടന്ന് തണുത്ത ഇടനാഴിയിലൂടെ നടന്ന് കോണിയിറങ്ങി താഴത്തെ ഭക്ഷണശാലയിലെത്തി. വിദേശികളായ ധാരാളംപേർ അവിടെയിരുന്ന് ഭക്ഷണം കഴിക്കുന്നുണ്ടായിരുന്നു. വില കൂടിയ ഇഷ്ടികകൾ ചേർത്തുവെച്ച് നിർമ്മിച്ചിട്ടുള്ള നടവഴിയിലൂടെ ഞങ്ങൾ ഉദ്യാനത്തിലേക്ക് നടന്നു. മനോഹരമായ പൂന്തോട്ടത്തിൽ പ്രത്യേകം സംവിധാനം ചെയ്തിട്ടുള്ള ഇരിപ്പിടമാണ് ഞങ്ങൾക്കു ലഭിച്ചത്. ഹോട്ടൽ കാണുക എന്നതേ ഉദ്ദേശ്യമായിരുന്നുള്ളൂ; വെറുതേ അല്പനേരം അവിടെയിരിക്കുക. നേരിയ നിലാവിന്റെ വെളിച്ചത്തിൽ അപരിചിതമായ ആ സ്ഥലം നിഗൂഢമായി തോന്നിച്ചു. കടലലകളെ തഴുകിയെത്തുന്ന കാറ്റിന് നല്ല തണുപ്പുണ്ടായിരുന്നു. കാറ്റിൽ അരികത്തായി നിന്നിരുന്ന ചെടികൾ ആടിയുലഞ്ഞു. സമുദ്രോപരിതലത്തിൽ തട്ടിവന്ന ചാന്ദ്രരശ്മികളുടെ ദീപ്തമായ നിറവ് മെല്ലെ അനുഭവപ്പെട്ടുകൊണ്ടേയിരുന്നു. മുകളിൽ നിർമ്മലമായ ആകാശം നിറയെ നക്ഷത്രങ്ങളുണ്ടായിരുന്നു. ആ നിലാവിന്റെ ആർദ്രതയിൽ മുന്തിയതരം ചുവന്ന വീഞ്ഞ് കുടിച്ച് കുറേനേരം ഞങ്ങൾ അവിടെയിരുന്നു. റിസോർട്ടിൽനിന്നും ഞങ്ങളിറങ്ങുമ്പോൾ നിലാവ് ആകാശ നെറുകയിലായിരുന്നു.

അൽവൊശ്മാനിലെ നിലാവ്

ദൈവം മറിച്ചുകളഞ്ഞ ഉമ്പാർ

ദോഫാർ റീജിയണിൽ, ഒമാനിയുടെ ആത്മീയ സത്തകളുമായോ പുരാവൃത്തവുമായോ പിണഞ്ഞുകിടക്കുന്ന ഒരു ശൂന്യസ്ഥലിയുണ്ട്. പുരാതനമായ ഭൂതകാലത്തിന്റെ വേരുകളിലേക്ക് നമ്മെ കൂട്ടിക്കൊണ്ടുപോകുന്ന ശൂന്യസ്ഥലി. പ്രാചീനകാലങ്ങളുടെ നിരാലംബത പകർന്നു

തരുന്ന, പുരാബിംബങ്ങൾ ഉറങ്ങിക്കിടക്കുന്ന മരുഭൂമി. ഭയാനകമായ ഏകാന്തതയിലേക്ക് ഇറങ്ങിച്ചെല്ലുമ്പോൾ ആധുനികതയിൽനിന്ന് കുതറി നില്ക്കാൻ പോന്ന ഘോരമരുഭൂമിയാണ് പ്രത്യക്ഷപ്പെടുക. നൂറ്റാണ്ടുകൾക്കുമുമ്പ്, മനുഷ്യന്റെ കാമനകൾക്കു മീതെ ദൈവ കോപമിറങ്ങി നശിച്ചുപോയ ഒരു പട്ടണം. Lost City of Ubar അനർഘമായ ഒരു പുരാബിംബത്തിനു തുല്യമായി ഭൂമിക്കുള്ളിൽ മറിഞ്ഞു കിടക്കുന്ന പട്ടണത്തിന്റെ ശേഷിപ്പുകൾ. രാത്രിയിലോ പകലിലോ മരിക്കയില്ലെന്ന് അല്ലാഹുവിൽ നിന്നനുഗ്രഹം വാങ്ങിയ സദ എന്ന മനുഷ്യൻ. അയാളുടെ ചിന്തകൾ വിഷയ മോഹങ്ങളിലേക്ക് ദിശ മാറിയപ്പോൾ മുറ്റിത്തഴച്ച മൃദുല ചോദനകൾ. സ്വർഗ്ഗത്തിനെതിരെ ഭൂമിയിൽ അയാൾ ഒരു പട്ടണം പണിതു. സ്വപ്ന സദൃശ്യമായ പട്ടണം. ലോകത്തിന്റെ അറ്റങ്ങളിൽനിന്ന് ആനയിക്കപ്പെട്ട അപ്സരസ്സുകളാൽ കൊട്ടാരം നിറഞ്ഞു. എല്ലാ ഒരുക്കങ്ങളും പൂർണ്ണഘട്ടത്തിലെത്തുമ്പോൾ, ദുഃഖങ്ങളുടെ പാടുകളേതുമില്ലാത്ത ആ നീല സൗധത്തിലേക്ക് പ്രവേശനം കാത്തിരുന്ന ആ നിമിഷത്തിന്റെ പ്രസാദ സ്പർശത്തിലേക്ക് അയാൾ കാലൂന്നിയ സമയം പകലിനും രാത്രിക്കുമിടയിൽ. ആ ത്രിസന്ധ്യയിൽ, മുഴുമിക്കാതെ പോയ സ്വപ്നങ്ങൾക്കൊപ്പം അയാളും അയാളുടെ പട്ടണവും ഭൂമിക്കുള്ളിലേക്ക് കീഴ്മേൽ മറിഞ്ഞു. സർവ്വശക്തനും പരമ കാരുണ്യവാനുമായ അല്ലാഹു മറിച്ചുകളഞ്ഞു എന്നാണ് വിശ്വാസം.

നശിച്ചുപോയ പട്ടണമായ ഉമ്പാർ എന്ന ആ ശാപഭൂമിയിലാണ് ഞങ്ങൾ എത്തിയത്. പ്രാകൃതമെന്നോ അന്ധവിശ്വാസമെന്നോ കരുതി തള്ളിക്കളയാവുന്ന കഥയായിരിക്കാം ഉമ്പാറിനുള്ളത്. ചുട്ടുപൊള്ളുന്ന ആ മദ്ധ്യാഹ്നത്തിൽ ഒരു കൊച്ചുകുന്നിന്റെ ഉള്ളിലെ രഹസ്യങ്ങളിലേക്ക് ഞങ്ങൾ ഇറങ്ങിച്ചെല്ലുമ്പോൾ ഭൂതകാലത്തിന്റെ ഭീതിദമായ ധ്വനികൾക്കൊപ്പം മോഹഭംഗങ്ങളുടെ തേങ്ങലും കേൾക്കുന്നതുപോലെ. ഭൂമിയുടെ ജഠരത്തിലേക്ക് മറിഞ്ഞുപോയ ആ ശാപ സൗധത്തിന്റെ ശേഷിപ്പുകൾ സാങ്കേതിക സഹായത്തോടെ തെളിച്ചെടുത്തിരിക്കുന്നു. ഉള്ളിലേക്ക് നടന്നിറങ്ങുവാനുള്ള സൗകര്യവും. ഇറങ്ങിച്ചെല്ലുന്നിടത്ത് അത്ഭുതംപോലെ കിണറും കാണാം. കുന്നിന്റെ ജഠരത്തിൽ അനാവൃതമാക്കപ്പെട്ട ആ ശേഷിപ്പുകൾ ഭൂതകാലത്തിന്റെ വൈചിത്ര്യമാർന്ന ഒരനുഭവമാണ്.

മരണം അതൊരനിവാര്യതയാണ്. ലൗകികേതരമായ തിരിച്ചറിവുണ്ടാകുന്നവനു മാത്രമേ ഐഹികതയുടെ നിരർത്ഥകത ഗ്രഹിക്കാവതുള്ളൂ. രാത്രിയിലും പകലിലും മരിക്കില്ലെന്നു വരംനേടിയവന് പകലിരവുകൾക്കപ്പുറമുള്ള കാലസങ്കീർണ്ണത അചിന്ത്യമായിരുന്നു. മരണത്തിന്റെ മുന്നിൽ നിന്നല്ലാതെ അമർത്ത്യതയെ അന്വേഷിക്കാനാവുകയില്ല. മരണത്തെക്കുറിച്ച് അവബോധമുള്ളവൻ മരണത്തിനു മുന്നിൽ സമാധിസ്ഥനാവുന്നു. എന്നാൽ മനുഷ്യൻ അമരത്വത്തിന്റെ മതിഭ്രമത്തിൽ അഭിരമിക്കയാണ്.

മരണത്തെക്കുറിച്ച് ബോധവാനല്ലാത്തവന് മതിഭ്രമം ഉണ്ടായേക്കാം. സമ്പത്തും അപ്സരസുന്ദരികളും ആനന്ദത്തിന്റെ വറ്റാത്ത ഉറവയായി

കരുതിയേക്കാം. എന്നാൽ മരണബോധം എല്ലാ ക്ഷണിക ആഹ്ലാദങ്ങളും അപ്രത്യക്ഷമാക്കും. അപ്സരസുകൾ മിഴികൾക്ക് അദൃശ്യമാകും. വിശപ്പുപോലും കെട്ടുപോകും. മരണ മുഹൂർത്തം വിദൂരത്തല്ല. തൊട്ടുമുന്നിലാണെന്ന് ധിഷണാശാലിയായവൻ ദീർഘദർശനം ചെയ്യുന്നു. അന്ത്യം വന്നണയുന്ന നിമിഷം ദൈർഘ്യമേറിയതാവാൻ വഴിയില്ലല്ലോ. ജീവിതത്തിലാദ്യമായി ഒരു മൃതശരീരം ദർശിച്ച യുവാവായിരുന്ന ബുദ്ധൻ ആ സത്യം തിരിച്ചറിഞ്ഞു. വനനിലാവു പോലും വിഷയവാസനകളെ ത്വരിപ്പിക്കുമെന്നറിഞ്ഞ്, അതിന്റെ മുഗ്ധതയിൽനിന്ന് പിന്തിരിപ്പിച്ച ഗുരുവിന്റെ സാമീപ്യത്താൽ ലഭിച്ച അവബോധമാകാം 'ഉല്പന്നമായത് നശിക്കും' എന്ന് കുമാരനാശാനെക്കൊണ്ട് പാടിച്ചത്. ഞെട്ടറ്റുവീണ ഒരു പൂവിൽ നിന്ന് ഒരു ജീവിതത്തിന്റെ കർമ്മഗതി സ്വരൂപിച്ചെടുത്ത് അവനിവാഴ്വ് കിനാവു കഷ്ടം എന്ന് ഉദ്ഘോഷിപ്പിച്ചത്.

വളർന്നുനില്ക്കുന്ന കാഫമരങ്ങളുടെ തണൽപറ്റി അല്പനേരം ഞങ്ങളിരുന്നു. പ്രകൃതിയുടെ ഈ മുഖം ഭോഗാസക്തമായ ജീവിതത്തെക്കുറിച്ചുള്ള മനുഷ്യന്റെ ധാരണകളെ തിരുത്താൻ കെല്പുള്ളവയാണ്. ഉച്ചയുരുകി തിളച്ചു കിടക്കുന്ന ആ പ്രദേശം ജനവാസം ഉള്ളയിടമാണ്. എങ്കിലും അവിടെ മരുഭൂമിയുടെ മൗനം ഘനീഭവിച്ചു കിടന്നിരുന്നു. ഒരു വിധത്തിൽ ദൈവീക ശാപത്തിന്റേതുമാകാം. അല്പനേരത്തിനുള്ളിൽ തന്നെ അവിടെനിന്നും ഞങ്ങൾ യാത്ര തുടർന്നു. ഇപ്പോൾ ഉമ്പാർ മരുഭൂമിയിലൂടെയാണ് യാത്ര. കല്ലുകൾക്കും പാറകൾക്കുമിടയിൽ മുൾച്ചെടികൾ വളർന്നുനില്ക്കുന്ന മരുഭൂമി. നിരത്തോ വഴിത്താരപോലുമോ ഇല്ലാത്ത മരുഭൂമിയിലൂടെയുള്ള യാത്ര ദുഷ്കരമായി തോന്നി. ഇടയ്ക്കു കാണുവാനിടയായ ഏതോ മൃഗത്തിന്റെ അസ്ഥികൂടം അസ്വാസ്ഥ്യജനകമായിരുന്നു. ഇണക്കി വളർത്തുന്നവയല്ലാത്ത ഒട്ടകങ്ങളും മരുഭൂമിയിൽ കാണാറുണ്ട്.

ചക്രവാളത്തോളം നീളുന്ന മരുഭൂമി ഒരു ഭീതിയായി തോന്നാതിരുന്നില്ല. കല്ലുകൾക്കുശേഷം പീതനിറമുള്ള മണലാരണ്യം പ്രത്യക്ഷപ്പെട്ടു. മരുഭൂമിയും അതിലെ കല്ലുകളും മണലുകളും ചൂട് വായു നിശ്വസിച്ചു കൊണ്ടിരുന്നു. ഭൂമിയെ ചുട്ടുപൊള്ളിക്കുവാനെന്നോണം ചൂട് കൂടിക്കൊണ്ടിരുന്നു. സമനിരപ്പായ ഊഷരഭൂമിയിലൂടെ സാമാന്യം നല്ല വേഗത്തിൽ വണ്ടി ഓടിക്കൊണ്ടേയിരുന്നു. ഒരു മണിക്കൂറിനുശേഷം ഞങ്ങൾ അവിടെയെത്തി. പേരുപോലെതന്നെ ആ സ്ഥലം പൂർണ്ണമായും ഒഴിഞ്ഞുകിടന്നിരുന്നു. മണലാരണ്യത്തിൽ സാധാരണ വീശിയടിക്കുന്ന പൊടിക്കാറ്റ് അപ്പോൾ ഉണ്ടായിരുന്നില്ല. ഏപ്രിൽ മാസത്തിലെ പൊരിയുന്ന ചൂട് ദുസ്സഹമായിരുന്നു. വല്ലപ്പോഴും വീശിയടിച്ചിരുന്ന കാറ്റുകൊണ്ടു വന്നത് ചൂടു വായു മാത്രമായിരുന്നു. അതിൽ വീർപ്പുമുട്ടുകയോ അസ്വസ്ഥതയനുഭവപ്പെടുകയോ ഉണ്ടായി. ഉയരത്തിൽ നിർമ്മിച്ചിട്ടുള്ള ഒരു ജലസംഭരണിയും കുറെ ഒഴിഞ്ഞ ഷെഡുകളും മാത്രമേ അവിടെ ഉണ്ടായിരുന്നുള്ളൂ. സംഭരണിയിൽ നിറയ്ക്കാനുള്ള ജലം ആ മുരുഭൂമിയിൽ എവിടെനിന്നു വരുന്നുവെന്ന് അറിയില്ല. ഡിസംബർ ജനുവരി മാസങ്ങളിൽ മാത്രമേ

സന്ദർശകർക്ക് അവിടെപോകുവാൻ അനുവാദമുള്ളൂ. യൂറോപ്പുകാരായ വിനോദസഞ്ചാരികളാണ് അപ്പോൾ കൂടുതലായും അവിടെ എത്തുക. രാത്രി താമസത്തിനുള്ള താല്ക്കാലിക സൗകര്യങ്ങളും ക്യാമ്പ്ഫയർ ഉല്ലാസങ്ങളുമൊക്കെ അപ്പോൾ അവിടെ ഉണ്ടാകും.

സന്ദർശകർക്ക് പ്രാർത്ഥിക്കുവാനെന്നോണം നിർമ്മിച്ചിട്ടുള്ള ഒരു ചെറിയ ഷെഡ് ആകെ അലങ്കോലപ്പെട്ടു കിടക്കുന്നു. അതിന്റെ പൊളിഞ്ഞ ചുവരുകളിൽനിന്നും ഇരുമ്പ് മേല്ക്കൂരയിൽനിന്നും കഠിനമായ ചൂട് ആ നിശ്ചലവായുവിൽ നിറഞ്ഞു നിന്നിരുന്നു. ഒരു ചെറുപ്രാണിയെപ്പോലും അവിടെയെങ്ങും കാണുവാനുണ്ടായിരുന്നില്ല. മരുഭൂമിയിലെ ഇഴജന്തുക്കൾക്കും പ്രാണികൾക്കും വിഷം കൂടുതലാണ്. പാമ്പും തേളുമടക്കമുള്ള ക്ഷുദ്രജീവികളുടെയോ മറ്റുപ്രാണികളുടെയോ ശല്യമൊന്നും ഉണ്ടായില്ല. ചൂടിൽനിന്നും അവയൊക്കെ രക്ഷപ്പെട്ട് ഒളിച്ചിരിക്കാം.

ഇരുന്ന് വിശ്രമിക്കാൻ പര്യാപ്തമായിരുന്നില്ലെങ്കിലും ജലസംഭരണിയുടെ ചുവട്ടിലെ ഇത്തിരിപ്പോന്ന തണൽ പറ്റിയിരുന്ന് ഞങ്ങൾ ഉച്ചഭക്ഷണം കഴിച്ചു. സംഘാംഗങ്ങളിൽ ഒരാളായ കെ പി അലി പറഞ്ഞു: "ദൈവശിക്ഷ ഏറ്റുവാങ്ങിയ സ്ഥലമാണ് അധികനേരം ഇവിടെ ഇരിക്കേണ്ട." ചൂട് വായു ശ്വാസകോശം വരെ പൊളിച്ചു തുടങ്ങിയിരുന്നു. ഞങ്ങൾ ഉമ്പാർ മരുഭൂമിയിലെ ആ ശൂന്യസ്ഥലിയോട് വിട പറഞ്ഞു. അപ്പോഴും വെയിൽ ഭൂമിക്കു മീതെ അഗ്നിവർഷിക്കുന്നുണ്ടായിരുന്നു.

അറബ് സംസ്കാരത്തിന്റെ പ്രാചീനമുദ്രകൾ അന്തർവഹിച്ചു കിടക്കുന്ന മരുഭൂമിയിലൂടെ ഞങ്ങൾ യാത്ര തുടർന്നു. മരുഭൂയാത്ര അനിശ്ചിതത്വത്തിന്റെ യാത്രയാണ്. തിരികെ വരുമെന്ന് ഒരുറപ്പുമില്ലാത്ത യാത്ര. ഒരു മണൽത്തരിയുടെഅകലം മാത്രമാണ് ഈ വിസ്താരഭൂമിയിൽ ജീവിതവും മരണവും തമ്മിലുള്ളത്. മരുഭൂമി എല്ലാറ്റിന്റെയും ആത്യന്തികമാണ്. അതിലൂടെ യാത്രചെയ്യുന്നവൻ ഒന്നും കേൾക്കുന്നില്ല! എങ്കിലും ആ മഹാനിശ്ശബ്ദതയിലൂടെ എന്തെല്ലാമോ ഒഴുകി വരുന്നുണ്ട്. മനുഷ്യന്റെയല്ല; മറ്റെന്തിന്റെയൊക്കെയോ സാന്നിദ്ധ്യമാണ് അവിടെയുള്ളത്. അത് ദൈവീക സിദ്ധികളുടെയോ പൈശാചിക പരീക്ഷണങ്ങളുടേതോ ആകാം. യേശുക്രിസ്തു പിശാചിനാൽ പരീക്ഷിക്കപ്പെടുന്നത് മരുഭൂമിയിൽ വെച്ചാണ്. നബി മുഹമ്മദും മറ്റനേക പ്രവാചകന്മാരും ജ്ഞാനഭൂമിയായി സ്വീകരിച്ചതും മരുഭൂമിയാണ്. പ്രതീക്ഷകൾ അസ്തമിച്ചു പോകുന്നിടമാണ് മരുഭൂമി. ചിലപ്പോൾ ജീവിതംതന്നെ മരുഭൂയാത്രയായി പരിണമിക്കാറുണ്ട്. ഇടയ്ക്ക് ചില മരുപ്പച്ചകളും ഈന്തൽ തലപ്പുകളും മോഹിക്കുന്ന കുറേ മൃഗതൃഷ്ണകളുമുള്ള യാത്ര.

അനിശ്ചിതത്വത്തിന്റെ മണൽക്കാട്ടിലൂടെയുള്ള യാത്ര വിസ്മയത്തിന്റേതുമാണ്. പ്രാക്തന സംസ്കാരത്തിന്റെ പൊരുൾതേടിയുള്ള യാത്ര ഒമാനി യുവാക്കൾക്ക് ആവേശമാണ്. അനന്തമായ മരുഭൂമിയിലേക്ക് പ്രവേശിച്ചതോടെ ഉള്ളിലെവിടെയോ തെല്ലൊരു ഭീതിയും അമ്പരപ്പും. ആദ്യന്തവിഹീനമായ മരുഭൂമിയിലൂടെ ദിശതെറ്റാതെ എങ്ങനെ ലക്ഷ്യസ്ഥാനത്തെത്തുമെന്ന് അത്ഭുതപ്പെട്ടു. മരുഭൂമിയിലൂടെ സഞ്ചരിക്കുന്നതിന്

പ്രത്യേക പരിശീലനം സിദ്ധിച്ചിട്ടുള്ള, മുൻ പട്ടാള ഉദ്യോഗസ്ഥനായ സുഹൈൽ അമറി ഇടയ്ക്കിടെ ആകാശത്തേക്ക് നോക്കുന്നുണ്ടായിരുന്നു. അദ്ദേഹത്തിന്റെ മുഖഭാവം അപ്പോൾ ഏതോ കൗതുകകരമായ പ്രവൃത്തിയിൽ ഏർപ്പെട്ടിരിക്കുന്നതുപോലെ ആയിരുന്നു. ആ നിസ്സാരഭാവം മറ്റ് സംഘാംഗങ്ങൾക്ക് ധൈര്യവും ആവേശവും നല്കി. ഭൂപ്രകൃതിയുടെ അനിരോധ്യമായ വൈരുദ്ധ്യങ്ങളിലൂടെ ജീവന്റെ പച്ചപ്പ്. വിസ്തൃതമായ മരുഭൂമിയിലൂടെ പ്രാഡോ വണ്ടികൾ മത്സരിച്ച് ഓടിക്കൊണ്ടിരുന്നു.

വ്യത്യസ്ത ഭാവങ്ങളും വർണ്ണങ്ങളുമുള്ള മരുഭൂമിയുടെ ആത്മാവിനെ തൊട്ടറിഞ്ഞ് ഞങ്ങൾ യാത്രചെയ്തു കൊണ്ടിരുന്നു. കല്ലുകളും പാറകളും അവയ്ക്കിടെ മുറ്റി വളർന്നു നില്ക്കുന്ന മുൾച്ചെടികളും മറ്റു ചിലയിടങ്ങൾ മണലും മണൽക്കൂനകളും. അല്പദൂരം പിന്നിടുമ്പോൾ ഊഷരധരയങ്ങനെ പീതവർണ്ണം പൂണ്ട് കിടക്കും. അപൂർവ്വം ചിലയിടങ്ങളിൽ കുറെ മരങ്ങളും ഇത്തിരിവട്ടത്തിൽ പച്ചിലച്ചാർത്തുകളും. അവിടെ ദാഹജലത്തിന്റെ ഉറവുകൾ ഉണ്ടായിരിക്കും. മരുഭൂമിയിലെ കാരുണ്യമാണ് അത്തരം ഉറവുകൾ. മരുഭൂമിയെ സൗന്ദര്യമുള്ളതാക്കുന്നത്, ഇത്തരം ഉറവുകളെയോ കിണറുകളെയോ എവിടെയൊക്കെയോ മറച്ചുവെച്ചിരിക്കുന്നു എന്നതാണ്. അടുത്തു ചെല്ലുന്തോറും അകന്നകന്നു പോകുന്ന മരീചികയും മൃഗതൃഷ്ണയും നിഴലാട്ടങ്ങളും. കൊടിയ വെയിലിലും തളരാതെ നില്ക്കുന്ന കാഫ മരങ്ങളും പ്രതിരോധം തീർത്ത് മുൾച്ചെടികളും. മരുഭൂമിയിൽ മാത്രം കണ്ടുവരുന്ന ഒട്ടകങ്ങൾ, കഴുതകൾ, വരയാടുകൾ, ഒട്ടകപ്പക്ഷികൾ എന്നിങ്ങനെ മരുഭൂജീവികൾ. ചിലയിടങ്ങളിൽ പച്ചവിരിച്ച കൃഷിയിടങ്ങളും കാണാമായിരുന്നു. തണ്ണിമത്തനും വെള്ളരിയും വിളയുന്ന ഫാമുകൾ. ഓസ്ട്രേലിയ, സ്വീഡൻ തുടങ്ങിയ രാജ്യങ്ങളിൽനിന്ന് വിത്തു കൊണ്ടുവന്ന് കൃഷിചെയ്തെടുക്കുന്ന പുൽപ്പാടങ്ങൾ. വെള്ളം തളിക്കുന്നതിനുള്ള പ്രത്യേക യന്ത്രസജ്ജീകരണങ്ങൾ. തുമറീത്തിൽനിന്ന് ഏതാണ്ട് മുപ്പതു കിലോമീറ്റർ യാത്രചെയ്ത് ഷെഡറിലേക്കുള്ള റോഡിൽ പ്രവേശിച്ചാൽ ഇരുവശത്തും ഇത്തരം കൃഷിയിടങ്ങൾ കാണാം. വരണ്ടുകിടക്കുന്ന മരുഭൂമിയിൽ ഉഴവുതീർക്കുന്ന തൊഴിലാളികളധികവും ബംഗാളികളും പാകിസ്ഥാനികളുമാണ്. ഹിന്ദിയുമുണ്ട്. ഖരീഫ് കാലത്തുപോലും ഒരിറ്റുപൊഴിക്കാൻ ആകാശം മിഴിതുറക്കാറില്ലാത്ത ഊഷരഭൂമിയിലാണ് നൂറുമേനി വിളയിക്കുന്നതെന്ന് നാം ഓർക്കണം.

യാത്രയിൽ ലക്ഷ്യങ്ങളെക്കുറിച്ചോ ദിഗ്ഭ്രമങ്ങളെക്കുറിച്ചോ ഉൽക്കണ്ഠകളേതുമുണ്ടാകരുതെന്നാണ്. എന്നാൽ പ്രയാണം മരുഭൂമിയിലൂടെയോ സമുദ്രത്തിലൂടെയോ ആകുമ്പോൾ ചിലപ്പോൾ പരിഭ്രമിച്ചു പോകും. ഏതുയാത്രയേയും ഹർഷദായകമാക്കുന്നത് കാഴ്ചകളാണ്. ആസ്വാദ്യകരമായ വഴിയോര കാഴ്ചകളെന്നല്ല വഴിപോലും ഉണ്ടായിരുന്നില്ലല്ലോ ഈ യാത്രയിൽ. എത്തിച്ചേരുവാനുള്ളയിടം സംഘത്തലവനായ സുഹൈൽ അമറിയുടെ മനസ്സിൽ മാത്രമായിരുന്നു, വഴിയും. അൽ അമറി ഗോത്രത്തിൽപ്പെട്ട അയാൾ റിഷോറിന്റെ വിശ്വസ്ത സ്നേഹിതനാണ്. സുൽത്താൻ സ്പെഷ്യൽ ഫോഴ്സിൽ ഓഫീസറായി സേവനമനുഷ്ഠിച്ചിട്ടുള്ള സുഹൈൽ അമറി നല്ല അറിവും വകതിരിവും വാക്ചാതുരിയും

അതോടൊപ്പം സത്യസന്ധതയും ലളിതമായ ശൈലിയും ഒത്തിണങ്ങിയ മദ്ധ്യവയസ്കനായിരുന്നു. അഹംഭാവമോ ഗർവ്വോ കൂടാതെ പരോപകാര തൃഷ്ണയോടെ അയാൾ ഞങ്ങളെ മരുഭൂമിയുടെ വിശാലതയിലേക്ക് കൂട്ടിക്കൊണ്ടു പോയി. വാക്കിൽ മാത്രമല്ല പ്രവൃത്തിയിലും മറ്റുള്ളവരെ സേവിക്കുകയെന്നത് ജീവിതലക്ഷ്യമായി കരുതിയിട്ടുണ്ടോ എന്നു തോന്നിപ്പോകും അയാളുടെ പെരുമാറ്റത്തിൽ. ഞങ്ങൾ ചെയ്യേണ്ട കാര്യങ്ങൾപോലും അങ്ങേയറ്റം കണിശമായും ആത്മാർത്ഥമായും അയാൾ ചെയ്തിരുന്നു. മരുഭൂമിയിലൂടെ വാഹനം ഓടിക്കുവാൻ റിഷോറിനും സജിക്കും ധൈര്യവും നിർദ്ദേശങ്ങളും അദ്ദേഹം നല്കിക്കൊണ്ടിരുന്നു.

അസ്തമയത്തിനു മുമ്പായി ഞങ്ങൾ അൽവൊശ്മാനിലെത്തി. അവിടെ ഉണ്ടായിരുന്ന പള്ളിയുടെ ഏറെ ഉയരത്തിലുള്ള മകുടവും മിനാരങ്ങളും മഞ്ഞനിറം പൂണ്ടതായി തോന്നി. പള്ളിക്കരികിലെ നിരത്തുവക്കിൽ ഒരു ചെറിയ കടയും കുറച്ച് ക്വാർട്ടേഴ്സുകളും കാണാമായിരുന്നു. ഒഴിഞ്ഞുകിടന്നിരുന്ന ആ വീടുകളും അന്തിവെയിലിന്റെ കിരണങ്ങളേറ്റ് മഞ്ഞനിറത്തിൽ തോന്നിച്ചു.

വൃത്തിയായി സൂക്ഷിച്ചിട്ടുള്ള ഒരു ചെറിയ ടൗൺഷിപ്പ് പോലെ തോന്നിച്ച അവിടെ പുറത്തെങ്ങും ആളുകളെ ഒന്നും കണ്ടില്ല. കുറച്ച് ഉള്ളിലേക്കു കയറി റോഡരികിൽ ഒരു മൂലതിരിഞ്ഞ് പന്തലിച്ചു നിന്നിരുന്ന കാഫ് മരത്തിന്റെ അരികിലായി വണ്ടിനിർത്തി. ഏതാനും നിമിഷത്തിനുള്ളിൽ, പുതിയ പെയിന്റിന്റെ ഗന്ധം തിങ്ങിനിന്നിരുന്ന സർക്കാർ വക ക്വാർട്ടേഴ്സിലേക്ക് ഞങ്ങൾ പ്രവേശിച്ചു. വൃത്തിയായി സൂക്ഷിച്ചിരുന്ന മുറികളുള്ള അവിടെയായിരുന്നു അന്നു രാത്രി ഞങ്ങൾ താമസിച്ചത്. എനിക്കു കിട്ടിയ ശീതീകരച്ച മുറിയുടെ ജനാല കർട്ടനുകൾ നീക്കി നോക്കിയാൽ മരുഭൂമിയുടെ ഒരു നല്ല ദൃശ്യം കിട്ടുമായിരുന്നു. എതിർവശത്തുള്ള ഗവർണറുടെ ഔദ്യോഗിക വസതിയും കാണാമായിരുന്നു. ജനാലയിലൂടെ നോക്കുമ്പോൾ മോടിപിടിപ്പിച്ച് നട്ടുവളർത്തിയിരുന്ന ചെറുവൃക്ഷങ്ങൾക്കപ്പുറം ഹെലികോപ്റ്റർ ഇറങ്ങാനുള്ള സ്ഥലവും ചക്രവാള സീമ വരെ വ്യാപിച്ചുകിടക്കുന്ന മരുഭൂമിയും. മരുഭൂമിയിൽ ആഞ്ഞടിക്കുന്ന അദൃശ്യമായ കാറ്റിന്റെ വീര്യം മണലുകളാണ് പ്രകടമാക്കിത്തരിക. നിമിഷങ്ങൾക്കുള്ളിൽ കൂനകൾ അപ്രത്യക്ഷമാവുകയും മറ്റൊരിടത്ത് കുന്നുകളായി പരിണമിക്കുകയും ചെയ്യും. എന്നാൽ അപ്പോൾ അത്തരം ചുഴലിയൊന്നും ഉണ്ടായിരുന്നില്ല. മരുഭൂമി എത്ര ശാന്തവും വിശാലവും എന്ന ചിന്ത മനസ്സിലുളവായ നിമിഷത്തിൽ മറ്റേതോ ലോകത്തിലെത്തിയ പ്രതീതിയായിരുന്നു. നീലവേഷധാരിയായ ഒരു തൊഴിലാളി വന്ന് ഞങ്ങളുടെ സുഖസൗകര്യങ്ങൾ അന്വേഷിച്ചു. അവിടെ ഞങ്ങൾ കണ്ട ഏക മനുഷ്യനായ അയാൾ മലയാളിയായിരുന്നു. എന്തെങ്കിലും ആവശ്യമുണ്ടെങ്കിൽ വിളിച്ചാൽ മതി എന്നുപറഞ്ഞ് അയാൾ പോയി. കാണാവുന്ന ദൂരത്തിൽ മാത്രമായിരുന്നു അയാളുടെ താമസം. ഇവിടെ അയാൾക്ക് ഏതു തരത്തിലുള്ള ജീവിതമായിരിക്കും ലഭിക്കുക എന്ന് ഞാൻ സ്വയം ചോദിച്ചുപോയി.

സുഹൈൽ അമറിയുടെ രക്ഷാകർത്തൃഭാവത്തിലുള്ള നിർദ്ദേശ

പ്രകാരം ആവുന്നത്ര വേഗത്തിൽ ഞങ്ങൾ പുറത്തേക്ക് പോയി. അധിക ദൂരത്തിലല്ലാത്ത ഒരിടത്തേക്ക്. ഒട്ടകങ്ങൾ നടന്നു നീങ്ങുന്ന വഴിത്താര കാണാമായിരുന്നു. കുറച്ചുദൂരം ചെല്ലുമ്പോൾ മരുഭൂമിയുടെ നടുവിൽ നിഗൂഢമായൊരു ശുദ്ധജലപ്രവാഹം. ചുറ്റും ഇന്തൽപോലെ തോന്നിക്കുന്ന ഏതോ ചെടികളും പുല്ലും വളർന്ന് കാടായിത്തീർന്നിരിക്കുന്നു. വന്യമൃഗങ്ങളെ ഒളിപ്പിക്കാൻ പര്യാപ്തമായ വിധത്തിൽ കാട് വളർന്നിരുന്നു. കാടിന്റെ ഒരു വശത്തായി ഭൂമിയുടെ അന്തർഭാഗത്തു നിന്ന് ജലം ത്രസിച്ചുപൊന്തുന്ന കാഴ്ച യോഗാത്മകമായ ഉണർവ്വേകുന്നതായിരുന്നു. ജലം ജീവന് ആധാരമായിരിക്കുന്നിടത്തോളം അങ്ങനെയായിരിക്കും. ലൗകികനായ മനുഷ്യന് ഹൈഡ്രജന്റെയും ഓക്സിജന്റെയും തന്മാത്രകളുടെ സംയോജനത്തിൽ അതിനെ നിർദ്ധാരണം ചെയ്യാൻ കഴിഞ്ഞേക്കും. എന്നാൽ ഈ മരുഭൂമിയുടെ മദ്ധ്യത്തിൽ! തന്മാത്രകളുടെ എണ്ണം ആരാണ് നിജപ്പെടുത്തിയത്? ജലവും ധ്യാനവും തമ്മിലുള്ള സംബന്ധത്തെക്കുറിച്ച് പരിഗണിക്കുന്നവർക്കു മാത്രമാണ് ഈ ജലപ്രവാഹം സാക്ഷരമാകുന്നത്. അവിടെ മറ്റെവിടെയും ഒരു തുള്ളി വെള്ളം കിനിയുന്നില്ല. വെറും മണൽത്തരികളുടെ കൂമ്പാരം മാത്രമായിരുന്നെങ്കിൽ ഇത്രയും ദൂരം താണ്ടി ഒരുപക്ഷേ, ഞങ്ങൾ ഇവിടെ എത്തുമായിരുന്നില്ല. ഈ ഉറവിങ്കൽ എത്രയോ ജീവനുകളാണ് തുടിക്കുന്നത്. ജീവിതവും ജലവും തമ്മിലുള്ള ബന്ധത്തിന്റെ പ്രാധാന്യം അറിയുമ്പോൾ മാത്രമാണ് തിളച്ചു പൊന്തുമ്പോലെ ഉദ്ഗമിക്കുന്ന ഈ ജലം അർത്ഥഭദ്രമാകുന്നത്. ഉപഭോഗമിഥ്യയിൽ അകപ്പെട്ടുപോയ നാം കുപ്പിവെള്ളത്തിന്റെ സമൃദ്ധിയിൽ ജീവിക്കുന്നതിനാൽ ഭൂമിയുടെ ജലഭരമായ ഈ മിഴിവുകൾ വിസ്മരിച്ചുപോകുന്നു. ഭൂമിയെ ഉർവ്വരമാക്കുന്ന ഈ തെളിനീർ പ്രവാഹം ആ മിഴിവുകളിലേക്ക് നമ്മെ ഉണർത്തുകയാണ്.

സാഹസികത നിറഞ്ഞ മരുഭൂ സഞ്ചാരത്തിനിടെ ഇത്തരമൊരു കാഴ്ച സഹജാനുഭൂതിയുടെ പ്രവാഹത്തിലേക്ക് ചേതനയെ ഉണർത്തുന്നതിനിടെയാണ് എവിടെനിന്നോ കുറേ കാക്കകൾ ഞൊടിയിടെ പറന്നടുത്തത്. അവയുടെ കലപില ശബ്ദം സംഭ്രമത്തിന്റേതായിരുന്നില്ല; ആഹ്ലാദത്തിന്റേതായിരിക്കണം. ചേക്കേറുന്നതിനുമുമ്പ് ഇറ്റ് തീർത്ഥം തേടി വന്നതാകാം. സായന്തനരശ്മികളേറ്റ് അവയുടെ നിറവും മഞ്ഞയായി തോന്നി. ഇപ്പോൾ എനിക്ക് ഈ പ്രത്യുലകങ്ങളെ മൃത്യുവിന്റെ പ്രതീകമായി തോന്നിയില്ല. നാട്ടിൻപുറത്തെ കുടുംബസൗഖ്യം അന്വേഷിച്ച് നടക്കാറുള്ള അവ എന്നിൽ തെല്ലൊരു ഗൃഹാതുരത്വമുളവാക്കി. പ്രത്യുഷത്തിങ്കൽ നാടിനെ വിളിച്ചുണർത്തുന്ന ചിരഞ്ജീവികൾ. ആസുരമായ ശബ്ദത്തോടെ കാറിവിളിക്കുന്ന വായസങ്ങൾ. പിതൃലോകത്തിൽ മരണം വിളംബരം ചെയ്യുന്ന ബലിഭുക്കുകൾ സാഗരത്തിന്റെ വിസ്തൃതി താണ്ടി മരുഭൂമിയിൽ എത്തിയിരിക്കുന്നു.

അൽവൊശ്മാനിലെ ഒട്ടകക്കൂട്ടത്തെ കാണാൻ സുഹൈൽ അമറി ഞങ്ങളെ കൂട്ടിക്കൊണ്ടുപോയി. കൂടണഞ്ഞ നൂറുക്കണക്കിന് ഒട്ടകങ്ങൾ. കൂടെന്നു പറഞ്ഞാൽ കെട്ടിമേഞ്ഞ തൊഴുത്തൊന്നുമല്ല. വിശാലമായ

ആകാശത്തിനു കീഴെ വിസ്തൃതമായ സ്ഥലത്ത് കനംകുറഞ്ഞ രണ്ടു ചുറ്റ് കമ്പിനൂലുകൾ വലിച്ചുകെട്ടി വേർതിരിച്ചിരിക്കുന്ന ഇടം. ഇതിന് ഹോൾ എന്നാണ് അറബിയിൽ പറയുക. അതിനുൾവശം വീണ്ടും പല ഖണ്ഡങ്ങളായി വേർതിരിച്ചിരിക്കുന്നു. തൊഴുത്തു മാറി കയറി കുറുമ്പു കാട്ടണ ക്രമേളകങ്ങളെ അവയ്ക്കായി വേർതിരിച്ചിരിക്കുന്ന ഹോശിലേക്ക് നയിക്കാൻ യജമാനന്മാർ നന്നേ പാടുപെടുന്നുണ്ടായിരുന്നു. അറ്റം വളഞ്ഞ 'അസ' എന്ന വടി ഓങ്ങുകയും വീശുകയും ചെയ്യുന്നുണ്ടെങ്കിലും അവയെ അടിക്കുന്നില്ല. ഒട്ടകങ്ങളെ വേദനിപ്പിക്കാൻ പാടില്ല. വേദനിപ്പിച്ചാൽ അവ പിണങ്ങും. ഏറെക്കാലം പക മനസ്സിൽ സൂക്ഷിച്ചുവെക്കുകയും സന്ദർഭം കിട്ടുമ്പോൾ ഉപദ്രവിക്കുകയും ചെയ്യും. സ്നേഹം കൊടുത്താൽ അതിലേറെ സ്നേഹം തിരികെ നല്കുമെന്നു മാത്രമല്ല അപകടവേളകളിൽ യജമാനന് വേണ്ട സംരക്ഷണവും നല്കുന്ന മൃഗമാണ് മരുഭൂജീവികളായ ഒട്ടകങ്ങൾ.

ഞങ്ങൾ കമ്പിവേലിക്കരികിലേക്ക് നടന്നു. അവിടെയെങ്ങും കാട്ടുമൃഗത്തിന്റെ ഗന്ധം നിറഞ്ഞുനിന്നിരുന്നു. പാൽ കറന്നെടുക്കുന്ന സമയമായിരുന്നു. ഒരു വലിയ പാത്രം നിറയെ പാൽ തന്ന് തീർത്തും അപരിചിതരായ ആതിഥേയർ ഞങ്ങളെ എതിരേറ്റു. ബാക്കിവന്നാൽ കളയരുത് എന്ന നിർദ്ദേശത്തോടെ. ഉപചാരപൂർവ്വമുള്ള ആഥിത്യം ഞങ്ങൾ സ്വീകരിച്ചു. കാട്ടുമൃഗത്തിന്റെ ചൂടും ചൂരും നിറഞ്ഞുനില്ക്കുന്ന മരുഭൂമിയിലിരുന്ന് അല്പ രൂക്ഷവും ഉഷ്ണവുമുള്ള ശുദ്ധമായ ഉഷ്ടദുഗ്ദ്ധം മതിയാവോളം പാനം ചെയ്തു. ഒട്ടകങ്ങൾ മുൾച്ചെടികൾ തിന്നുന്നത് വളരെ ആയാസപ്പെട്ടാണ്. ഫലം തുച്ഛവും എന്ന ഉഷ്ട്രകണ്ടകന്യായം ശരിയായിരിക്കാം പക്ഷേ, കഫം വാതം എന്നിവയെ ഹനിക്കുന്ന ഒട്ടകപ്പാൽ നല്ല ദീപനമാണ്.

ഒട്ടകങ്ങൾക്ക് തിന്നുവാനായി ധാന്യവും പുല്ലുമടങ്ങിയ ഭക്ഷണം പ്രത്യേക പാത്രങ്ങളിൽ നിക്ഷേപിച്ചിരിക്കുന്നു. പൊക്കം കൂടിയ കഴുത്ത് ആയാസപ്പെട്ട് താഴ്ത്തി ഭക്ഷണം കടിച്ചെടുത്ത് വീണ്ടും തലയുയർത്തി നില്ക്കുന്ന ആ മരുഭൂജീവിയോട് നമുക്ക് അഗാധമായ കനിവ് തോന്നിപ്പോകും. മരുഭൂമിയുടെ നിസംഗത പീളകെട്ടിക്കിടക്കുന്ന കണ്ണുകൾ. ജീവജലത്തിന്റെ ഭാരം പേറുന്ന പൂഞ്ഞി. ചുട്ടുപൊള്ളുന്ന മണൽക്കാടുകൾ താണ്ടാൻ കെല്പുള്ള ദൃഢതയേറിയ കാലുകളും ശരീരവും. മണലിൽ ആണ്ടുപോകാതെ നടക്കാനാവുന്ന പാദങ്ങൾ. മണൽക്കാറ്റുകളെ പ്രതിരോധിക്കുവാൻ ശേഷിയുള്ള ഇന്ദ്രിയങ്ങൾ. അപകടങ്ങൾ മണത്തറിയാനുള്ള ആറാം ഇന്ദ്രിയം കൂടി അവയ്ക്കുണ്ട്. ആയുധങ്ങളുമായി വരുന്നവരെ ദൂരെ നിന്നേ തിരിച്ചറിയുന്ന താവുരുക്കൾ മരുഭൂമിയിൽ വെള്ളത്തിന്റെ സാന്നിദ്ധ്യവും ദൂരെനിന്ന് മണത്തറിയും. വിയർപ്പ് ശരീരത്തിലേക്കു തന്നെ ആഗിരണം ചെയ്ത് ദിവസങ്ങളോളം വെള്ളം കുടിക്കാതെ ജീവിക്കും. നാല്പതു ദിവസങ്ങൾ വെള്ളം കുടിക്കാതെ ജീവിച്ചാൽ പിന്നീട് വെള്ളം കുടിക്കണമെന്ന തോന്നൽ അവയ്ക്കുണ്ടാകാറില്ലെന്ന് സുഹൈൽ പറയുന്നു. അനുദിനം സംഭവിച്ചുകൊണ്ടിരിക്കുന്ന പാരിസ്ഥി

തിക മാറ്റങ്ങളെ ശ്രദ്ധിച്ചു മനസ്സിലാക്കുന്ന ഈ മഹാവപുസ്സുകൾ മാർഗ്ഗ തടസ്സം സൃഷ്ടിക്കുന്ന ഏതപകടങ്ങളെയും വളരെ ദൂരെ നിന്നു തിരിച്ചറിയും. യജമാനനെ ഇത്രയേറെ സ്നേഹിക്കുന്ന അവയുടെ കണ്ണുകളിൽ നിസ്സംഗതയുടെ ഒരു സരസുതന്നെ ഊറിനില്ക്കുന്നതു കാണാം. ഒരിക്കൽ സുഹൈൽ അമറി വാങ്ങിയ ഒരൊട്ടകം രണ്ടാഴ്ചയ്ക്കുശേഷം മേയാൻ വിട്ടപ്പോൾ, സരളമായ ഒരു പ്രക്രിയയെന്നപോലെ ഇരുനൂറ്റി അമ്പതിലധികം മൈലുകൾ മരുഭൂമിയിലൂടെ താണ്ടി പഴയ യജമാനന്റെ അടുത്തെത്തിയ സ്നേഹഭരിതമായ കഥ അദ്ദേഹം പറയുകയുണ്ടായി.

കറുത്ത നിറമുള്ള ഒരു വലിയ ഒട്ടകത്തിന്റെ ഉപസ്ഥത്തിൽ ചേർന്നു നിന്ന് ഞാൻ ഫോട്ടോ എടുത്തു. പ്രത്യേക പരിശീലനം സിദ്ധിച്ചിട്ടുള്ളതുപോലെയാണ് അത് പോസ് ചെയ്യുന്നത്. മരുഭൂമിയുടെ വിസ്തൃതമായ വിഹാരപഥങ്ങളിലൂടെ യഥേഷ്ടം സഞ്ചരിക്കുന്ന അതിന്റെ സൗമ്യഭാവത്തിലുള്ള നില്പ് ഞങ്ങളിൽ കൗതുകമുളവാക്കി. മറ്റുള്ളവർക്കും ഫോട്ടോ എടുക്കുവാനായി ആ ഉഷ്ടിക പോസ് ചെയ്തങ്ങനെ നിന്നു. ഏകദേശം ആയിരത്തിലധികം വരുന്ന കൂട്ടത്തിൽ ഒരേ ഒരു ആൺ ഒട്ടകത്തെ മാത്രമേ കണ്ടുള്ളൂ. അവൻ ബന്ധനസ്ഥനായിരുന്നു. മരുഭൂമിയുടെ ഊഷരതയിലലയാൻ അയാളെ അനുവദിക്കില്ലപോലും. പ്രത്യേക പരിരക്ഷയിൽ അങ്ങനെ കഴിയും.

അൽവൊശ്മാനിലെ ശുദ്ധിയാർന്ന മണൽ ശൈലങ്ങൾ കയറാതെ പോന്നാൽ മരുഭൂമിയെ പൂർണ്ണമായി ഉൾക്കൊള്ളുന്നില്ല. ചുഴലിക്കാറ്റിന്റെ ഹുങ്കാരമേറ്റ് അനുനിമിഷം രൂപപ്പെടുന്നതാണ് മണൽക്കൂനകൾ. അൽവൊശ്മാനെന്ന ആ ചെറിയ ആവാസസ്ഥലിക്കു ചുറ്റും സംരക്ഷണ മതിൽ പോലെ പരിണമിച്ചു കിടക്കുന്ന ഈ മണൽ നിരയെ ഉപാധികളേതുമില്ലാതെ നിരീക്ഷിക്കേണ്ടതാണ്. കാലാന്തരത്തിൽ സംഭവിച്ചുപോയ സ്ഥലപരമായ പരിണതിയാണത്. സാധാരണ മണൽക്കുന്നുകളുടെ സംഭവഗതി അസ്ഥിരതയാണ്. ഇപ്പോൾ കാണുന്നവ അടുത്ത നിമിഷം അവിടെ ഉണ്ടാകണമെന്നില്ല. ശക്തമായ കാറ്റിൽ അവയ്ക്ക് സ്ഥാനചലനം സംഭവിക്കുകയാണ് പതിവ്. എന്നാൽ ഇവിടെ ഏതോ പൂർവ്വ നിശ്ചിതത്തിന്റെ പാരസ്പര്യചിഹ്നം പോലെ ആ കൊച്ചു പ്രദേശത്തെ ചുറ്റി വളഞ്ഞങ്ങനെ കിടക്കുകയാണ്.

സൂര്യൻ പടിഞ്ഞാറെ ചക്രവാളത്തിൽ അസ്തമിച്ചിരിക്കുന്നെങ്കിലും അന്തരീക്ഷത്തിൽ നല്ല വെളിച്ചവും കഠിനമായ ചൂടും തങ്ങിനിന്നിരുന്നു. പാദരക്ഷകൾ ഉപേക്ഷിച്ച് ശുദ്ധതയാർന്ന മണൽക്കുന്നുകളിലേക്ക് ഞങ്ങൾ കയറി. വലിയ ശ്രദ്ധയൊന്നുമില്ലാതെ ആയാസരഹിതമായി കല്ലുകൾ ചവിട്ടി നടന്നു. ഏറെ ക്ഷീണിതനായിരുന്നെങ്കിലും ചൂടുള്ള മണൽ തരികളിലൂടെ നടന്നപ്പോൾ എന്തെന്നില്ലാത്ത ഉന്മേഷവും ഉത്സാഹവും തോന്നി. പെട്ടെന്ന് ഹൃദയഭാരം കുറഞ്ഞതുപോലെ. മറ്റുള്ളവരേക്കാൾ അധികസമയമെടുത്താണ് ഞാൻ കുന്നിനു മുകളിൽ എത്തിയത്. പടിഞ്ഞാറ് അരുണനിറം പൂണ്ടിരുന്ന ആകാശച്ചെരുവിലേക്കു നോക്കി സമ്പൂർണ്ണമായ സാന്ത്വനത്തിൽ ഏറെനേരം ഇരുന്നു. റിഷോറിന്റെ മകൻ ദേവിൻ പാദങ്ങൾ തെന്നിച്ച് താഴേക്കു വീഴുകയും ഉരുളുകയും മണലിൽ

കളിച്ച് രസിക്കുകയുമാണ്. ബോധപൂർവ്വമായിരുന്നെങ്കിലും ഓരോ വീഴ്ചയും അവനെ കുന്നിൻ ചുവട്ടിൽ എത്തിച്ചിരുന്നു. അതങ്ങനെയാണല്ലോ താഴേക്കു വീഴുന്നവ പാതിവഴിയിൽ നില്ക്കാറില്ലല്ലോ. സംഘാംഗങ്ങളിലെ യുവമിഥുനങ്ങളായ അഭിലാഷും കീർത്തിയും ഫോട്ടോ എടുക്കുന്ന ഉദ്യമത്തിൽ ഏർപ്പെട്ടിരുന്നു. സായന്തനത്തിന്റെ ശോഭയിൽ മണലാരണ്യത്തിന്റെ പശ്ചാത്തലത്തിൽ നർത്തകിയായ കീർത്തി നടനമുദ്രകൾ കാട്ടി പോസ് ചെയ്യുന്നു. അഭിലാഷ് തറയിൽ കിടന്നും തിരിഞ്ഞും മറിഞ്ഞും അതീവ ശ്രദ്ധയോടെ അക്ഷമയേതുമില്ലാതെ ചരിത്രത്താളുകളിലേക്കെന്നപോലെ ചിത്രങ്ങൾ ഒപ്പിയെടുത്തുകൊണ്ടിരുന്നു. സന്ധ്യ ഏറെ മയങ്ങിക്കഴിഞ്ഞാണ് ഞങ്ങൾ ആ ശുദ്ധസ്ഥലി വിട്ടിറങ്ങിയത്.

താമസസ്ഥലത്തെത്തി കുളി കഴിഞ്ഞ് ഏറെനേരം പാട്ടുകൾ പാടിയും കളിതമാശകൾ പറഞ്ഞും ഇരുന്നു. തുടക്കംകുറിച്ചുകൊണ്ട് പാടിയത് ബേബിജോൺ താമരവേലിയായിരുന്നു. സങ്കോചമേതുമില്ലാതെ അദ്ദേഹം ആ രംഗത്തിന് തുടക്കംകുറിച്ചു. ശിശുസഹജമായ സ്വഭാവം ബേബിച്ചായന്റെ പരിവേഷമായിരുന്നു. അദ്ദേഹത്തിന്റെ സംസാരം ഋജുവും സുതാര്യവുമായിരുന്നു. പരിചയപ്പെടുന്തോറും ശുദ്ധസംഗീതത്തിന്റെ ആഴമായ ഭാവം അദ്ദേഹത്തിലുള്ളതായി എനിക്കനുഭവപ്പെട്ടു. എങ്കിലും സംഗീതത്തെയാണോ. സാഹിത്യത്തെയാണോ അദ്ദേഹം ഏറെ സ്നേഹിച്ചിരുന്നതെന്ന് പറയുവാനാകുന്നില്ല. മരുഭൂ സഞ്ചാരത്തിന്റെ സാഹസികത്വങ്ങൾക്കിടയ്ക്കും അദ്ദേഹം ലീലാപരനും ഫലിതോത്സുകനുമായിരുന്നു. സുഹൈൽ അമറിയേയും പാട്ടുപാടാൻ ഞങ്ങൾ നിർബ്ബന്ധിച്ചു. അറബ് പ്രാചീനതയെ ആവാഹിച്ചുകൊണ്ട് അദ്ദേഹം പാടുകയും താളത്തിൽ ചുവടുകൾ വെക്കുകയും ചെയ്തു. കന്തൂറയും തലപ്പാവും ധരിച്ച് കൈയിൽ പാരമ്പര്യ ചിഹ്നമായ അസയും കത്തിയും പിടിച്ചുള്ള സാക്ഷാൽക്കാരത്തിനു മുന്നിൽ ഞങ്ങൾ സ്തബ്ധരായിരുന്നുപോയി.

തിരുവല്ലാ സ്വദേശിയായ കായപ്പുറത്ത് സജിയും കെ പി അലിയും അഭിലാഷും റിഷോറും ചേർന്ന് കൽക്കരി തുണ്ടുകളിൽ തീകൂട്ടി അത്താഴത്തിനുള്ള ഒരുക്കങ്ങൾ ആരംഭിച്ചു. അതിനു മുമ്പായി സുഹൈൽ അമറിയുടെ വക കുറെ അറബി വിഭവങ്ങളായ കാക്ക് റോട്ടിയും ഉഷാത്തും മറ്റ് ചില മധുരമുള്ളവയും. യാത്രികർക്ക് പ്രത്യേകിച്ച് മരുഭൂയാത്രികർക്ക് ഏറെ സൗകര്യപ്രദമായ ചില ആഹാരങ്ങൾ. അത്താഴം സ്വാദിയന്ന ക്ഷാത്രാഹാരമായിരുന്നു. വീണ്ടും കഥകളും ഫലിതങ്ങളും പാട്ടുമൊക്കെയായി കുറേ ഏറെനേരം ഇരുന്നു.

രാത്രി വൈകിയാണ് ഉറങ്ങാനായി പോയത്. ഉറക്കം വരാത്ത മനസ്സുമായി കിടന്ന ആ മുറിയിൽ വീർപ്പുമുട്ടനുഭവപ്പെട്ടതിനാൽ ആരെയും ഉണർത്താതെ മെല്ലെ വാതിൽ തുറന്ന് ഞാൻ മുറ്റത്തേക്കിറങ്ങി. നിലാവെളിച്ചമുള്ള പ്രശാന്തവും പ്രസന്നവുമായ രാത്രി. ചുറ്റും സർവ്വചരാചരങ്ങളും നിദ്രയുടെ ഗാഢാലിംഗനത്തിലമർന്നു കിടക്കുന്നു. സാമാന്യം ഉയരമുള്ള പന്തലിച്ചു നില്ക്കുന്ന കാഫ മരത്തിന്റെ ചുവട്ടിലേക്ക് നടന്നു. നേർത്ത ഇലകളുള്ള മരത്തിന്റെ നിഴൽ ചരൽ നിറഞ്ഞ മുറ്റത്ത് തെളിഞ്ഞു കിടക്കുന്നു. മണൽക്കുന്നുകൾക്കു പിറകിലായി ആകാശച്ചെരിവിൽ വലിയ

സ്വർണ്ണ താമ്പാളം പോലെ തുംഗീപതി ഉദിച്ചുയർന്ന് പ്രകാശം പരത്തുന്നു. കാഫ മരത്തളിരുകളെ തഴുകിയെത്തിയ ഊഷ്മള വായു നുകർന്ന് നിലാവു പരന്ന മരുഭൂമിയിലേക്ക് നോക്കി. മരുഭൂമിയിലെ നിലാവ് നിഗൂഢവും വിസ്തൃതവുമാണ്. ചലനരഹിതമായ ആ നിലാവിൽ ഒരേ സ്വരത്തിൽ കൂകിക്കൊണ്ടിരുന്ന ഏതോ രാപ്പക്ഷിയുടെ കൂജനവും വൃക്ഷശാഖികളുടെ അർത്ഥനകളുമല്ലാതെ മറ്റു ശബ്ദങ്ങളൊന്നും അപ്പോൾ ഉണ്ടായിരുന്നില്ല. അൽവൊശ്മാൻ അനാസക്തമായി കിടക്കുന്നു. നിലാവു തൂകി കിടക്കുന്ന മരുഭൂമിയിലേക്ക് നോക്കുമ്പോൾ ഉള്ളിൽ എവിടെയോ അഹൈതുകമായ ഒരു ഭീതി ഉളവായി. എങ്കിലും എന്നെ സംബന്ധിച്ചിടത്തോളം ആ രാത്രി ആനന്ദപ്രദമായിരുന്നുവെന്നു മാത്രമല്ല ഉല്ലാസകരവുമായിരുന്നു. ആ ഗ്രീഷ്മകാല രാത്രിയും നിലാവും നിശ്ശബ്ദതയും എന്റെ ജീവിതത്തിലെ നല്ല മുഹൂർത്തങ്ങളിലൊന്നായി അനുഭവപ്പെട്ടു. ആകാശം തെളിഞ്ഞതായിരുന്നെങ്കിലും നക്ഷത്രങ്ങൾ നന്നേ കുറവായിരുന്നു. സ്വപ്നാഭമായ നിലാവിന്റെ അലൗകികകാന്തിയിൽ അലസമായി കിടക്കുന്ന മരുഭൂമി. നിലാവെളിച്ചത്തിൽ മണൽശൈലങ്ങൾക്ക് വെളുപ്പു നിറം തോന്നിപ്പിച്ചു. ഇപ്പോൾ ആ മണലുകളെ പുണർന്നു വരുന്നത് ഉഷ്ണക്കാറ്റല്ല. രാത്രിയുടെ മൗനവും നിലാവിന്റെ കുളിരും ആ കാറ്റിലുണ്ടായിരുന്നു. സമീപത്തുണ്ടായിരുന്ന ഒരു ചെറിയ കുന്തിരുക്ക മരച്ചില്ലകളെ ഉലച്ച് കാറ്റ് കടന്നുപോയി. സ്വീകാര്യയോഗ്യമായ പ്രകൃതിയുടെ ഉത്സംഗത്തിലെന്നപോലെ കാമനകളടങ്ങിയ മനസ്സുമായി ഞാനിരുന്നു. വിശാല പ്രപഞ്ചത്തിന്റെ ഈ കോണിൽ എന്നെ എത്തിച്ചത് ആരാണ്? പതിനെട്ടാമത്തെ വയസ്സിൽ ഗുരുകാരുണ്യമായ ഡോ. ഗീവറുഗീസ് മോർ ഒസ്താത്തിയോസ് 'എവിടെ പോകണമോ അവിടെത്തന്നെ പോകാനുള്ള മനസ്സു തരണമേ'യെന്ന് നെഞ്ചോടു ചേർത്തുപിടിച്ച് ചൊല്ലിത്തന്ന പ്രാർത്ഥനയുടെ ശക്തിയോ! ചിപ്പിയിൽ മുത്തായിതീരുക എന്നായിരുന്നല്ലോ ആ വന്ദ്യപിതാവിന്റെ ഔത്സുക്യ പൂർണ്ണമായ അനുഗ്രഹം. സന്ദിഗ്ദ്ധതകളിൽ ജീവിതം നിരർത്ഥകമെന്നു കരുതിയ കാലത്തിൽനിന്നും ഉല്ലാസഭരിതമായ ഈ രാത്രിയിലേക്കെന്നെ കൊണ്ടുവന്നെത്തിച്ച ഗുരുവിനെ മനസ്സിൽ ധ്യാനിച്ച് ഞാൻ ഉറങ്ങുവാനായി പോയി.

ചക്ഷുസിനും അന്തഃചക്ഷുസിനും കുളിർമ്മയേകുന്ന കാഴ്ചയുമായാണ് പ്രഭാതം പുലർന്നത്. അനൈഹിക വെളിച്ചത്തിലേക്കെന്നപോലെ പ്രഭാതം ഉണരുകയാണ്. ഉഷസ്സിന്റെ ചിറകുകളിൽ നിത്യതയുടെ സംഗീതമുണ്ടായിരുന്നു. മരുഭൂമിയിലെ ഉദയാസ്തമയങ്ങൾ പകരുന്ന കാഴ്ചാനുഭവം ബോദ്ധ്യങ്ങളെ അതിക്രമിച്ചു പോകുന്നവയായിരുന്നു. ജീവത്തായ ആ വേളയിലെ നിശ്ശബ്ദശ്രുതിയിൽ ആത്മരാഗത്തിന്റെ ഗീതങ്ങളുണ്ടായിരുന്നു. അതു കേൾക്കാൻ അന്തർശ്രോത്രങ്ങൾ തുറന്നു വെക്കണമെന്നു മാത്രം. മലിനീകരണമില്ലാത്ത പുലർകാല പ്രാണവായു ശ്വസിച്ചപ്പോൾ എന്തെന്നില്ലാത്ത ഉന്മേഷം തോന്നി. മനസ്സിലെവിടെയോ ആ മരുഭൂമിയോട് കാല്പനികമായ ആസക്തി തുടിച്ചുനില്ക്കേ അൽവൊശ്മാനോട് ഞങ്ങൾ വിടപറഞ്ഞു.

9 789389 410273

Printed by Libri Plureos GmbH in Hamburg,
Germany